Machiavelli

Quân Vương

Dịch giả: **Phan Huy Chiêm**

Người Việt Books

Quân Vương

Machiavelli
Dịch giả Phan Huy Chiêm
QuánVăn xuất bản lần thứ nhất tại Sàigòn, 1967
Người Việt Books tái bản tại Hoa Kỳ, 2014

Bìa và trình bày:
Đinh Quát và Uyên Nguyên

ISBN: 978-1-62988-318-2

Quân Vương

Mục Lục

Lời mở đầu
của Raymond Aron

Niccolò Machiavelli
kính dâng Đức Ngài Uy Nghiêm
Lorenzo de' Medici

Trong kho tàng chứa đựng những văn thư được xếp vào loại "bất tử", quyển sách nhỏ này có một địa vị riêng biệt, và có lẽ là độc đáo nữa. Ta có thể ruồng bỏ coi như một "thiên tiểu luận ác nghiệt" viết ra do mối cảm hứng của một bộ óc vô liêm sĩ ưa gây rối. Ta cũng có thể coi đó là một áng văn chương tuyệt tác về chính trị. Nhưng từ xưa đến nay, khi đã cầm quyển sách, độc giả không thể không đọc cho kỹ từ đầu đến cuối, không thể lơ đễnh gạt bỏ nó được. Cuốn sách này không còn tính chất mới mẻ nữa - cũng như nhiều tác phẩm bất hủ khác - nhưng nó vẫn giữ đủ quyền năng làm ngây ngất trí óc ta. Tôi biết như vậy, nhưng tôi không chắc là mình hiểu vì sao.

Trong trí tôi nảy ra câu trả lời: Cuốn Quân Vương là cuốn sách có tính chất có minh bạch hiển nhiên làm chói mắt mọi người và các học giả cũng như những độc giả tầm thường chỉ phí công khi muốn tìm hiểu sự huyền bí của nó, tác giả Machiavelli muốn nói lên những gì? Ông muốn giáo huấn Vua hay là nhân dân? Ông đứng về phe nào? Phe độc tài chuyên chế hay phe Cộng hòa? Hay là ông chẳng ở phe nào cả?

Ngày nay ta không còn có thể chấp nhận lời diễn giảng độc ác, nhưng thiên lệch của triết gia J. J. Rousseau.

Ông này đã viết trong một đoạn cước chú ở cuốn Xã Ước (Contrat Social) rằng: Machiavelli là một người lương thiện và một công dân tốt, nhưng khi mang thân phục vụ cho triều đình họ Medici, dưới sự áp chế của chính quyền, ông buộc phải trá hình tình yêu, tự do của ông. Riêng việc ông chọn một nhân vật ghê tởm khả ố (Cesare Borgia) làm vai chính chứng tỏ thâm ý của ông. Sau khi đối chiếu, so sanh những tư tưởng trái ngược nhau của cuốn Quân Vương này và những cuốn *Luận Về Titus Livius* và *Lịch Sử Florence*, ta sẽ thấy rõ ông là một chính trị gia uyên thâm và các độc giả cứu xét một cách hời hợt, với thành kiến thiên lệch những tác phẩm của ông. Triều đình La Mã cấm ngặt không cho sách của ông được phát hành, bởi vì ông ta quá rõ cái triều đình ấy.

Không, không hề có sự trái ngược giữa hai cuốn Quân Vương và cuốn *Luận Về Titus Livius*. Machiavelli yêu quý tự do và ông không giấu diếm gì mối tình cảm đó. Nhưng nếu muốn lập một quốc gia mới, hoặc đánh đuổi hết bọn xâm lăng dã man ra khỏi đất nước thì nền tự do của một dân tộc hư hỏng thối nát cũng bất lực trước việc này. Ai lý luận theo thuyết Aristote để phân tách kỹ càng những phương cách duy trì một chế độ chuyên chế tàn bạo, họ sẽ không ưa gì chế độ này và ghét thêm những âm mưu của những kẻ làm suy đồi đạo lý phong tục của dân chúng địa phương để mong dễ bề đặt ách thống trị ác ôn.

Để tìm hiểu thực nghĩa của cuốn Quân Vương và chủ tâm tối hậu của Machiavelli không thể kết thúc vội vàng như vậy được. Ta tìm hiểu bằng biện chứng pháp. Đáp một câu hỏi tức là lại gây thêm những câu hỏi khác, rồi lẫn quan có lẽ ta lại trở lại điểm xuất phát, trở lại câu hỏi đầu tiên, mỗi lần nhắc lại, nó trở nên tế nhị thêm lên. Machiavelli con người của huyết thống cao quý ưa chuộng tự do và oán ghét độc tài chuyên chế - nhưng ông có nhiều kinh nghiệm nhờ đọc sử và nhờ hành động, ông hiểu biết dòng biến chuyển của cuộc đời, tính chất bất nhất của quần chúng, căn bản mong manh của chính quyền. Không ảo tưởng, không thành kiến, ông khảo sát tất cả các chế độ chính quyền, chia sắp thành loại, đặt ra những định luật - những định luật khoa học chớ không phải là những định luật đạo đức - và mỗi lãnh thổ phải được chiếm cứ hoặc được cai trị theo định luật đó. Nếu có phải vì thực ông chỉ chú trọng vào những lãnh thổ mới chiếm cùng những lãnh thổ suy nhược và nếu vì ông hơi tỏ vẻ ngưỡng mộ Cesare Borgia cùng những thủ đoạn của hắn, như chúng ta đã chê trách ông, thì thật là nhầm to. Một ông thầy thuốc cũng vậy, mất nhiều thì giờ để nghiên cứu các bệnh tật hơn là để nghiên cứu một cơ thể khỏe mạnh. Thật vậy, nghiên cứu những căn bệnh lý thú hơn là một cơ thể lành mạnh nhiều. Đáng lưu ý hơn nữa là vì có bệnh thì mới mời thầy. Lý thú hơn là khi có bệnh phát sinh thì thầy thuốc mới chịu tìm kiếm, khám phá ra những giềng mối điều hành của các cơ năng trong cơ thể con người. Vậy đã có ai chê trách ông thầy thuốc thích bệnh tật hơn là sức khỏe đâu? Nói cho cùng, lỗi đâu phải tại Machiavelli, nếu tình trạng phong hóa dân tộc Ý Đại Lợi thời đó đúng như ông tả cả.

Lý luận biện chứng đến đây, người diễn giải cảm thấy lập trường ở trên là vững chắc. Tôi khỏi cần phải gán cho tác giả khả năng biết che đậy một cách bỉ ổi hay siêu việt, Machiavelli đã trở nên một nhà bác học và trong cái thế kỷ đang say mê khoa học này dùng danh hiệu đó tặng ông là quá đủ rồi. Machiavelli là người sáng lập ngành khoa học chính trị. Oscar Morgentern lấy làm tiếc rằng các nhà chuyên môn hiện nay về khoa học chính trị không mang hết những châm ngôn của Machiavelli ra phân tách kỹ càng để chọn lựa ra những điều có thể mang áp dụng được.

Độc giả đọc lại chương VII thấy kể công của Cesare Borgia như sau đây: Sau khi chiếm cứ toàn cõi xứ Romanga, Công tước Borgia thấy xứ này trước kia bị thống trị do một bọn Tiểu vương không có đầy đủ uy quyền, họ chỉ bóc lột nhân dân chứ đâu phải là cai trị... Công tước xét thấy cần phải dẹp yên bọn này, bắt họ quy thuận cả vào uy quyền thế tục của Ngài, rồi sẽ thành lập cho họ một cơ cấu chính quyền hoàn hảo hơn, Ngài giao phó trọng trách cho Messire Ramy d'Orque một nhân vật độc ác và nóng tính, toàn quyền hành động. Trong một thời gian ngắn trên toàn xứ công cuộc bình định và thống nhất được hoàn tất đem lại vinh dự lớn lao cho người phụ trách.

Cesare Borgia đã tưởng thưởng bậc công thần này bằng cách nào?

Ngài muốn tỏ cho tất cả ai cũng tin là trong thời gian bình định nếu có những biện pháp quá khắc nghiệt, không phải tự Ngài ra lệnh mà do thú tính của kẻ thừa hành. Thế là đột nhiên trong một buổi sáng kia Ngài nghiêm lệnh mang vị công thần chặt thây ra làm hai mảnh vứt phơi ở giữa công trường bên cạnh một cái thớt thái thịt và một con dao đẫm máu. Cảnh tượng khủng khiếp ấy làm cho nhân dân ngẩn ngơ sửng sốt nhưng cũng lại có vẻ hài lòng.

Đó là tất cả bí quyết của lối trình bày trắng trợn của Machiavelli. Không có gì giản dị hơn, thuần lý và và hữu hiệu hơn là bài học chứa đựng trong câu chuyện kể trên. Đừng sợ bị chê trách là quá kiêu kỳ, ta cứ thử phiên dịch chuyện này bằng một ngôn ngữ trừu tượng xem. Muốn mang lại thanh bình, trật tự đến cho một lãnh thổ đương sống trong cảnh chém giết, cướp bóc lẫn nhau thì chỉ một tay lãnh tụ tàn ác và mẫn cán là đáp ứng nổi các nhu cầu khẩn thiết. Tới giai đoạn sau, khi thái bình trở lại thì phải thay thế ngay một vị quân dân chính có đức độ mới có lợi cho tình hình chung trong xứ. Thật thế, trong thời gian cai trị, vị lãnh tụ tàn ác và mẫn tiệp tất đã phạm nhiều điều làm cho dân oán ghét. Khi ấy không có kế nào hay hơn cả, hy sinh cá nhân này, đưa ra chịu đựng, đón nhận sự phẫn nộ của dân chúng, dân chúng vốn vẫn bạc bẽo xưa nay. Thủ đoạn khủng khiếp này cốt để cho Đức Vua (trong việc này là Cesare Borgia) tỏ ra là mình vô tội trong những hành vi tàn ác mà kẻ thừa hành đã nhân danh phạm phải. Làm sao ta phản đối những lý lẽ chính xác như thế được? Có lẽ ta không thể phản đối nổi. Nhưng cũng không dễ gì bắt ta phải tán thưởng, hưởng ứng những thủ đoạn ấy.

Thì ra các xã hội cổ xưa cũng đã biết đến kỹ thuật dùng nhân vật "bung xung" rồi đấy. Kỹ thuật này đối với các Vua Chúa thì hiển nhiên là hữu lợi chắc chắn rồi. Sự thành công liên tiếp của kỹ thuật này có đủ để cho các danh sư chữa bệnh cho các cơ chế xã hội mang khuyến cáo áp dụng không? Xin nhắc sau đây một đoạn văn của Machiavelli: "... muốn chiếm giữ những lãnh thổ đó được chắc chắn chỉ việc tiêu diệt hết nòi giống của vị Chúa trị vì". Đó có thể gọi là một lời "khuyến cáo" khả dĩ thi hành được không? Lời khuyến cáo này có thể là hay cho giai đoạn cấp thời và hay khi ta muốn thấy hiệu nghiệm ngay, cũng như thủ đoạn giết bỏ công thần sau khi vị này đã lập lại trật tự quá nhanh đến nỗi gây oán hận trong nhân gian.

"Con người vẫn chỉ là con người". Những điều mà kinh nghiệm ở đời dạy ta không bao giờ phù hợp với những điều mà các nhà đạo đức khuyên bảo ta.

Đến đây ta thấy một câu hỏi đột nhiên xuất hiện: có phải Machiavelli lấy làm thích thú khi ông dặn người ta rằng những phương pháp hữu hiệu trong lãnh vực chính trị đều trái với những giáo lý của Thánh Đường? Cách chọn những nhân vật điển hình đã tỏ lộ cho người ta thấy là ông đã cương quyết chấp nhận một hình thức "chính quyền theo kiểu Florence", Sự thật hiển nhiên là các Quốc gia đều phát sinh ra do một cuộc bạo động. Vậy những người sáng lập ra các Quốc gia tức là những người có trách nhiệm xây đắp chống đỡ những công trình kiến trúc - những tập đoàn nhân dân - rất mảnh dẻ, tất nhiên họ bị dồn vào cái thế phải dùng bạo lực. Nhưng đến khi ta xét tới cách thức của Machiavelli bênh vực và làm rạng danh những vị kiến trúc sư xây dựng lịch sử mà ông đã kể tên trong sách, ta phải tự hỏi: Machiavelli muốn thúc đẩy người ta Bá đạo hay Vương đạo (vào đường tội lỗi hay đường đạo đức), khi áp dụng cái quyền thuật mang danh ông, "quyền thuật Machiavelliisme", hay chế độ Cộng Hòa Nhân Dân?

Có phải đôi khi ông dựa vào giáo lý Gia Tô che đậy bớt sự trắng trợn tàn bạo trong thuyết của ông, hoặc để có dịp cho tư tưởng của ông được phát triển ra ngoài vòng gò bó bởi những sự thực của khoa học? Để kết thúc, ta tự hỏi có phải Machiavelli có ý định machiavilique không, khi cố che đậy bớt phân nửa bộ mặt vô luân của thuyết chính trị do ông đẻ ra, hoặc bằng cách gán cho nó một căn bản gồm những nhận thức khách quan, hoặc bằng cách tự thú là đắc tội nhưng bắt buộc phải làm?

Sau hết, những người lưu tâm khảo sát các gương lịch sử bằng con mắt khác với Machiavelli không thể mờ ám đến nỗi không trông thấy những thành công của độc ác, của nham hiểm. Jacques Maritain mang dòng biến chuyển vô tận của lịch sử để chống lại thuyết Machiavelli. Ông nói: "Cái tối hảo hữu thời trong đó nền công lý Quốc gia được nảy nở, và cái tối hủ hữu thời trong đó những bất công, những hà khắc tràn lan. Hai điều đó có thể khác hẳn với những kết quả cấp thời mà trí óc con người có thể tiên liệu được và chính mắt được nhìn thấy. Thực vậy, ta thấy rất khó phân riêng ra từng tác động có căn nguyên xa lắc ở ngược dòng lịch sử. Khó cũng như khi ta đứng ở cửa sông mà muốn biết trong bát nước vừa được múc lên có chừng này nước từ nguồn này chảy tới, có chừng kia nước từ lạch nọ chạy lại..." Lý luận của Maritain như trên cũng không đủ thuyết phục được tôi. Nhà triết học Maritain chỉ nhắc tôi rằng: Cách diễn giải những sự kiện chính trị của Machiavelli không phải là cách diễn giải độc nhất và cách diễn giải này phải bắt nguồn từ một ý định nào đó. Vậy ý định đó là gì? Thế là bây giờ, ta ở vào vòng quay luẩn quẩn rồi đó, bởi vì ta có thể đưa ra rất nhiều câu trả lời. Machiavelli đã diễn giải như vậy là vì do tình thế bắt buộc, do công việc ông làm là một dự án khoa học, do ông muốn tìm kiếm căn nguyên của những tình thế căng thẳng, do ông chán nản nhân tình thế thái, do ông có tư tưởng Cộng hòa hăng hái, hay do ông có thiện chí muốn thống nhất Quốc gia Ý sau khi đã được giải thoát khỏi ách thống trị của bọn man rợ xâm lăng?

Tất cả những câu trả lời trên đây đã được lần lượt đưa ra do các nhà phê bình đủ các loại. Dù đã có từng ấy câu trả lời, nhưng cho đến nay, cuộc phê bình vẫn bình thản tiến hành không ngừng: Chính trị là hành động nào cũng hướng về thành công. Nếu sự thành công cũng đòi hỏi đến những biện pháp trái đạo lý, thì vị Quân vương có phải khước từ sự thành công không? Có chịu nhúng tay vào nhơ bẩn không? Có chịu hy sinh tâm hồn cao thượng để cứu vãn Quốc gia không? Đứng giữa ngã ba đường, vị Quân vương phải ngừng ở đâu trên con đường mà bắt buộc ông ta phải theo? Vị Quân vương có dám từ chối sự man trá nếu nói thật ông ta sẽ tự chuốc lấy thảm bại?

Tôi viết bài này hồi tháng 3 năm 1962. Đúng ba năm rưỡi kể từ ngày một nền Cộng hòa bị bại tàn vì không giữ nổi xứ Algerie cho Pháp quốc. Những kẻ sáng lập nên nền Cộng hòa kế hậu cũng vẫn lỳ gan theo chính sách của bọn người cũ mà họ đã chửi rủa. Nhưng nếu cần phải hô lớn, kêu to "Algerie là đất Pháp" để mưu việc đưa De Gaulle lên nắm chính quyền, và nếu xét việc trở về điện Elysée của con người cô đơn đất Colombey là cần thiết cho quyền lợi chung Quốc gia Pháp thì những kẻ chủ trương đã lạm dụng lòng ngay thẳng, trung thành của đồng đội và làm sai lạc mục tiêu tranh đấu của dân chúng. Thế có phải là họ đã tự nguyện làm hoen ố tính danh của họ để phục vụ quyền lợi Quốc gia không?

Hay là ta phải nói cũng những lãnh tụ cai trị chỉ có thể phục vụ đầy đủ quyền lợi Quốc gia, nếu họ coi thường danh dự của chính họ - nhưng ai đứng ra xét đoán danh dự họ? Và dân chúng có còn giận hờn nữa không, khi họ thấy sự lừa dối họ đã mang lại thành công tốt đẹp cho Quốc gia.

Machiavelli quả đã có can đảm bảo vệ đến cùng cái luân lý hành động do ông đề ra và khi muốn chống đối lại ta chỉ cứ lẩn quẩn trong một mớ câu hỏi mà ta cũng không trả lời nổi.

Thường lệ những kẻ nào muốn được lòng ưu ái của đấng Quân vương đều phải đích thân diện kiến và dâng biếu một lễ vật gì quý giá nhất trong kho tàng riêng của mình. Chắc chắn trước là Vương thượng sẽ thích thú khi nhận được. Họ thường hay mang dâng nào là thần mã, nào là bảo kiếm, nào là thảm vàng, nào ngọc, kim cương. Nói tóm lại là những lễ vật có giá trị tương xứng với mức cao sang của đấng Quân vương.

Hạ thần thành tâm muốn bày tỏ cụ thể ý chí phục tùng Chúa thượng, nhưng tìm quanh trong tàng khố gia đình không có được thứ gì đáng giá. Xét ra thần chỉ còn có mớ kiến thức về sự nghiệp của bậc vĩ nhân xưa, một mớ kinh nghiệm về các sự việc đương kim và một công trình nghiên cứu từ lâu năm nay các sự liệu cổ truyền. Trong một thời gian khá lâu, thần đã nghiền ngẫm và hết sức thận trọng để cô kết tất cả vào một cuốn sách nhỏ này, nay thần kính dâng lên Chúa thượng.

Kỳ thủy, thần tự xét cuốn sách nhỏ này không đáng được dâng lên Đức Ngài. Nhưng sau thần lại vững tâm tin ở lòng nhân từ của Đức Ngài, nên chắc chắn là cuốn sách sẽ được Đức Ngài tiếp nhận. Thần xét vì không có tặng vật nào lớn lao hơn là một phương tiện dâng lên Đức Ngài để Ngài có thể trong khoảnh khắc thời gian nghe thấu tất cả những điều thần đã tìm kiếm cần cù gom góp trong bao nhiêu năm trường, có khi còn gặp nguy hiểm đến bản thân nữa.

Trong cuốn sách này, thần không thêu dệt văn hoa dài giòng và dùng những danh từ sáo ngữ kêu vang hoặc che phủ bằng một hình thức thẩm mỹ theo như thói quen của các tác giả văn nghệ. Trong thâm tâm thần mong muốn, nếu nó không mang lại lợi lộc hay vinh dự gì thì nó cũng phải tỏ rõ phương diện tân kỳ và tính cách quan trọng của đề tài. Thần cũng không muốn rằng do thành kiến địa vị với xã hội thấp hèn của cá nhân thần mà thiên hạ gán cho thần cái tội hỗn xược, dám dự bàn vào công việc trị quốc của các vị Quân vương, và lại còn dám đặt bày ra cả những quy luật nữa. Và việc làm cũng chẳng khác nào những họa sĩ khi vẽ phong cảnh thiên nhiên, phải đứng dưới đồng ruộng thấp mới thâu ngắm được thực cảnh của đồng ruộng; cũng giống như muốn hiểu biết rõ ràng tính chất của Chúa thì phải làm dân.

Bởi vậy kính tặng lên Đức Ngài tặng vật nhỏ này với tất cả lòng thành kính. Sau khi đọc xong xét kỹ, Đức Ngài sẽ thấy rõ ước vọng cực độ của thần mong thấy Đức Ngài sớm bước tới địa vị quyền uy cao cả, vả lại mức độ phong phú cùng những đức tính đặc sắc của Đức Ngài cũng đã tràn đầy hứa hẹn nâng Đức Ngài lên địa vị ấy.

Đôi khi từ trên địa vị cao quý Đức Ngài có liếc mắt nhìn qua xuống những nơi u ám, Đức Ngài sẽ thấy bản thân kẻ hạ thần đã liên tiếp chịu đựng biết bao nhiêu sự trớ trêu thăng trầm do số mệnh gây nên.

Chương 1

Phân loại Vương quốc và những phương sách để thâu chiếm Vương quốc

Tất cả những cơ cấu của lãnh đạo Quốc gia, tất cả những Thủ phủ xưa nay có quyền cai trị dân đều là những Cộng hòa Dân quốc hoặc những Vương quốc. Trong các Vương quốc, đa số do cha truyền con nối và nắm giữ quyền thống trị được rất lâu đời, nhưng cũng có những Vương quốc khác chỉ mới gây dựng nên.

Có những Vương quốc hoàn toàn mới như xứ Milan của Sforza và Vương quốc khác vừa được sát nhập vào một Quốc gia đã có hệ thống Thế tập như trường hợp của xứ Naples đối với Vua nước Espagne (Tây Ban Nha).

Trong những xứ mới thu phục được, có nơi dân chúng đã quen sống dưới quyền lãnh đạo của nhà Vua, vị Chúa; nơi khác dân chúng lại quen hưởng một nền tự do. Những vị tân Chúa thu phục được những xứ này hoặc nhờ quân lực của ngoại bang hoặc do quân lực riêng của mình hoặc nhờ may mắn hoặc nhờ tài năng.

Chương 2

Những Vương quốc Thế tập

Tôi đã gạt ra ngoài lề những xứ Cộng hòa Dân quốc mà tôi sẽ bàn kỹ ở nơi khác. Suốt ở những trang dưới, với thể văn vắn tắt, tôi sẽ trình bày lần lượt theo khuôn khổ vạch ra trong chương đầu trên đây, tôi chỉ chuyên chú đến các Vương quốc, biện luận, tìm hiểu xem những xứ ấy đã được cai trị và gìn giữ như thế nào.

Tôi có thể nói ngay rằng các Vương Quốc dưới chế độ Thế tập gần gũi với dòng giống quý tộc nhà Chúa nên công cuộc bảo tồn dễ dàng hơn là ở các xứ mới chiếm. Đấng Quân vương chỉ cần đừng làm xáo trộn, đừng thay đổi nền trật tự cũ do tiền nhân đã lập nên. Ngoài ra, khi có sự xích mích gì xảy ra thì chỉ tìm cách làm êm dịu đi thì yên việc cả. Ở đây nhà Vua chỉ cần có mức tài năng, khôn khéo bậc trung cũng giữ được địa vị của mình, trừ trường hợp bị truất phế do một lực lượng địch quân đặc biệt hùng mạnh.

Kẻ loạn thần chiếm ngôi cũng chẳng vững đâu, khi chỉ xảy một biến cố nhỏ là hắn đổ ngay để cựu Chúa có thể tái ngự lên ngai vàng.

Một tỷ dụ: ở Ý Đại Lợi, Quận công xứ Ferrare năm 1484 bị người Venitien tấn công, năm 1510 bị quân của Giáo hoàng Jules đả phá. Hai lần đều thua mà vẫn giữ nổi ngai vàng, chỉ nhờ ở mức thâm niên của Vương tộc này và cũng vì nhà Vua trị vì là do luật thiên nhiên, từ trước tới nay chưa có nhiều lý do cần thiết buộc Ngài phải làm những việc dở khiến cho dân chúng trong xứ mất lòng, tủi nhục. Như vậy chắc chắn Vua được dân mến yêu hơn những kẻ manh tâm phản loạn, nếu nhà Vua lại không có nhiều tính hư, tật xấu quá đáng cho dân phải ghét bỏ, thì tất nhiên cảm tình của dân sẽ nghiêng về Ngài. Vả lại sự thâm niên và liên tục trị vì của dòng họ nhà Vua, những kỷ niệm để lại trong nước khiến cho dân tự gạt bỏ những lý do của bất cứ một sự thay đổi nào. Họ cũng thừa hiểu mỗi cuộc thay vị đổi ngôi chỉ là những viên đá đặt trước để gây nên một cuộc thay vị đổi ngôi mới khác nữa.

Chương 3

Những Vương quốc Hỗn tập

Đối với một lãnh thổ mới thu phục thật là nhiều sự khó khăn. Trước hết là vì vùng đất này không phải hoàn toàn mới thành lập, mà chỉ là bộ phận, một phần đất phụ thuộc vào lãnh thổ khác. Toàn thể khu đất đai này có thể gọi là một "Vương quốc Hỗn tập". Những sự thay đổi, xáo trộn trước đây là do ở những mối khó khăn phát sinh ở ngay nội bộ của các Vương quốc mới thành lập. Con người lúc nào cũng sẵn sàng muốn thay đổi chủ nhân, tưởng rằng sẽ gặp những điều hay hơn. Ý niệm ấy là duyên cớ thúc đẩy họ quay khí giới chống lại Chúa của họ. Họ đã nhầm, sau này kinh nghiệm sẽ cho họ biết tình trạng của họ sẽ kém sút hơn trước.

Các sự xáo trộn rối ren còn bắt nguồn ở một căn nguyên tự nhiên và thường tình nữa, khi Chúa mới nắm quyền cai trị một xứ, tránh sao khỏi gây mối hờn oán của dân xứ ấy trước những hành vi bắt buộc như việc lập các đồn binh ở khắp nơi. Thêm nữa trong giai đoạn chiếm đóng đất đai tất nhiên đã xảy ra nhiều sự hà hiếp dân chúng. Dĩ nhiên những điều đó sẽ trở nên kẻ thù đối với những người mà Chúa đã phá rối đời sống của họ. Đằng khác, đối với những kẻ đã đồng tình giúp Chúa thâm nhập vào xứ họ, Chúa không thể trìu mến và làm vui lòng họ mãi được, vì ta không sao đền đáp, tưởng thưởng hết dục vọng của họ được. Đối với họ Chúa cũng không sao dùng kế quyết liệt được vì họ vẫn là ân nhân của Chúa. Vậy khi ta muốn chiếm cứ một xứ nào, dù ta có một đạo hùng binh chăng nữa cũng vẫn cần nhất là sự hưởng ứng của toàn thể nhân dân xứ đó.

Muốn chứng mình những điều này, tôi xin kể chuyện vua Louis XII. Ngài đùng đùng kéo quân chiếm cứ xứ Milan, rồi đột nhiên bị thất thủ ngay xứ ấy. Lần đầu này chỉ có đạo quân của tướng Ludovic Sfarza cũng đủ đánh bật Ngài ra khỏi xứ. Thất bại là vì nhân dân trong xứ, sau khi mở cửa thành đón rước quân nhà Vua không thấy được thỏa mãn những ước vọng chồng chất trong trí óc họ từ bao lâu nay. Thêm nữa, họ lại không chịu nổi những sự tan rã chia rẽ do tân Chúa gây nên trong xứ họ.

Một thực trạng nữa ta cần nhận rõ là một khi đã chiếm lại được những xứ dấy loạn cướp chính quyền của ta, thì sau này khó mà có kẻ lật đổ nổi ta, vì trong dịp dẹp loạn, ta đã trừng trị hết kẻ có tội; ta đã lôi ra những kẻ khả nghi, các nơi suy yếu đã được xây thành đắp lũy.

Thế cho nên ở thời kỳ xứ Milan bị Pháp đô hộ lần thứ nhất, Công tước Ludovic chỉ mới rầm rộ kéo quân hăm dọa ngoài biên giới, tức khắc là chính quyền Pháp bị sụp đổ. Đến thời kỳ đô hộ thứ hai, toàn thế giới phải liên minh lại, đoàn kết chặt chẽ mới thắng nổi, đẩy lui ra ngoài lãnh thổ Ý Đại Lợi những đạo quân chiếm đóng của Pháp vương. Đó là hậu quả của những nguyên nhân mà tôi đã trình bày ở trên.

Thế là cả hai lần nước Pháp đều bị tước mất quyền đô hộ trên xứ Milan.

Duyên cớ sự thất bại lần thứ nhất đã được trình bày rõ rệt ở trên. Bây giờ nếu muốn tìm lý do của sự thất bại lần thứ hai, trước hết ta phải trình bày ra đây những phương kế mà bất cứ vị Quân vương nào ở trường hợp tương tự, như Pháp vương, phải mang áp dụng ngõ hầu củng cố lại địa vị của mình. Thế mà Pháp vương đã bỏ qua không thi hành.

Vậy tôi nói ngay tới những xứ, những tỉnh bị chinh phục và sát nhập vào một Vương quốc cổ hơn. Ta có thể xếp làm hai loại: những xứ, tỉnh hoặc cùng một nòi giống, cùng một ngôn ngữ với Vương quốc, hoặc là khác hẳn. Nếu là trường hợp trên thì công cuộc bảo thủ là việc dễ, nhất là dân xứ, tỉnh này chưa từng được sống tự do. Muốn thôn tính chắc chắn những tỉnh, xứ này ta chỉ cần tiêu diệt hết dòng dõi cựu Chúa trị vì thời trước. Còn đối với nhân dân, nếu ta cứ để nguyên những đặc quyền cũ của họ, cho họ sinh sống với phong tục giống ta, trong cảnh thanh bình. Ví dụ như trong những xứ Bourgogne, Bretagne, Gascogne và Normandie, dân gian đã lâu dài phục tùng triều đình Pháp quốc dù là ngôn ngữ có đôi phần khác biệt, nhưng phong tục tập quán giống nhau rất dễ hòa hợp.

Kẻ đi chinh phục những xứ, tỉnh loại này, nên muốn thôn tính lâu dài cần phải lưu tâm đến hai điểm: Một là tiêu diệt dòng dõi của cựu Chúa. Hai là đừng thay đổi luật pháp và thuế khóa của họ, thế rồi những lãnh thổ mới này sẽ tự khắc, trong một thời gian ngắn, hòa hợp với những phần đất cũ để trở thành một Quốc gia duy nhất và thống nhất.

Nhưng khi ta chiếm cứ những xứ của các dân tộc có ngôn ngữ, phong tục và chính thể dị đồng thì lại là chuyện khác. Đây mới thật phải trông vào sự may rủi và tài khôn khéo của ta. Một phương chước quan trọng khẩn cấp nhất là kẻ chinh phục phải đích thân di chuyển đến đóng ở ngay tại chỗ. Thế rồi công cuộc chiếm đóng sẽ trở nên lâu dài và bền vững. Xưa Hoàng đế Thổ Nhĩ Kỳ đã có biệt tài trị vì được lâu năm trên nước Hy Lạp nhưng cũng phải áp dụng phương sách cư trú thường xuyên tại chỗ nên mới bảo vệ được đất này.

Có ở ngay tại chỗ thì mới trong thấy được những biến cố xáo trộn để sớm tìm phương giải quyết, nếu ở xa cách bức, ta chỉ được biết tới những biến cố xáo trộn khi nó đã trở nên quá trầm trọng, lúc đó đã chậm mất rồi, vô kế khả thi. Vả chăng Chúa có mặt tại chỗ, thì các Tổng bộ trưởng không dám tham nhũng quá mức, vì dân chúng có thể kêu mách với Chúa một cách dễ dàng và những ý nguyện sẽ được minh xét ngay, và cũng vì có ở gần thì dân mới biết kính sợ Chúa hoặc mến yêu Chúa nếu Chúa là người hay người tốt. Được như vậy những kẻ thù ngoại bang có muốn xâm lăng cũng phải e ngại. Kết quả chắc chắn là xứ sở khó mà bị mất, khi Chúa nhất định đích thân đóng tại nơi đây.

Một phương pháp tốt nữa là chuyển những đoàn di dân vào một vài địa điểm trong xứ để lập thành những biệt khu. Bởi dù sao ta cũng cần những lực lượng quân sự hùng mạnh và một đoàn cán bộ thân tín. Việc lập những đoàn di dân không tốn kém bao nhiêu tiền của Chúa, kinh phí của việc di chuyển và định cư những di dân không đáng kể. Việc này chỉ làm thiệt hại một ít quyền lợi của một thiểu số dân không đáng kể bị bắt buộc phải nhường một phần ruộng nhà cho bọn dân mới tới. Đám dân địa phương bị thiệt hại là bọn nghèo túng, gia cư rải rác khắp nơi, nên không thể chống đối làm nguy hại gì cho Chúa được. Còn lại đa số khối dân địa phương, phần thì thấy quyền lợi mình không bị xúc phạm nên nín thinh, giữ thái độ thản nhiên, phần thì có óc cầu an tránh phạm lỗi để khỏi bị đàn áp như kẻ khác.

Tôi có thể đoán chắc là những đoàn di dân này không gây tốn kém gì, họ lại có lòng trung thanh hơn hết và họ cũng chẳng làm hại gì cho lắm đến nhân dân bản xứ.

Đến đây ta nên nhớ kỹ rằng dân chúng thường chỉ xử trí theo hai đường: hoặc là mơn trớn hoặc là chém giết bởi vì họ chỉ biết rửa những hận nhỏ mà không thể báo những thù lớn, nên khi ta muốn trị họ thì phải trị cách nào để khỏi sợ họ báo thù lại được.

Nhưng đáng lẽ lập những đoàn di dân, nếu Chúa chỉ duy trì trong xứ mới những đạo quân sĩ, Chúa sẽ phải chi phí tốn kém nhiều hơn. Bao nhiêu tài sản trong xứ phung phí hết cho các công tác xây dựng doanh trại, đến nỗi phải kết cục lợi bất cập hại. Lòng dân sẽ oán ghét vì quân sĩ di chuyển luân hồi, đồn ải xây lên đắp lại làm thiệt hại cho dân gian. Với những xáo trộn ấy, người dân nào cũng đau khổ rồi mỗi người dân trở nên một kẻ thù và tất cả tập đoàn kẻ thù có thể làm nguy hại cho Chúa. Có được tập đoàn, là vì dân bản xứ dù là kẻ bại trận nhưng họ vẫn được tự do ở lại quê nhà gần gũi sát cạnh nhau.

Vậy sau khi so sánh các kế hoạch, ta thấy cuộc xâm chiếm một đất đai bằng quân sự là vô ích. Nhưng trái lại biết áp dụng phương sách cho du nhập vào đất địch những đoàn di dân thì lại ích lợi lớn cho cuộc xâm lăng.

Như người ta thường nói, khi Chúa công chiếm cứ một tỉnh nào của một Quốc gia có tính chất dị đồng với những tỉnh cũ trong nước, Chúa công phải tìm cách nắm lấy quyền lãnh đạo và bảo trợ những lân bang hèn yếu hơn, còn đối những lân bang mạnh hơn thì phải tìm cách làm suy giảm lực lượng của họ. Thêm nữa là để ngăn cản không cho ngoại nhân hùng cường hơn mình có thể xâm nhập vào trong xứ. Sự dẫn nhập ngoại nhân vào nước xảy ra là vì có sự xích mích nội bộ, những tham vọng cá nhân quá trớn hoặc lòng sợ sệt nghi kỵ lẫn nhau. Như xưa kia người Etolien đưa người La Mã vào xâm nhập các xứ khác là đều do một bọn người bản xứ rước họ vào. Thế cho nên khi có ngoại nhân của một nước hùng cường nào vào được trong xứ, tức khắc bọn người bản xứ hèn yếu đều đổ xô theo sau. Họ bị thúc đẩy do ý chí muốn chống đối lại người lãnh đạo hiện hữu đang đè trên đầu họ đến mức là ngoại nhân thu phục bọn người ty tiện này dễ như trở bàn tay để làm hậu thuẫn cho họ lập nên một chính quyền. Ngoại nhân chỉ còn phải nghĩ tới việc kiềm chế không cho bọn tiện nhân này quá lộng quyền hoặc gây nên sức mạnh riêng. Với quyền lực trong tay, với quyền bố thí ân huệ, ngoại nhân trở nên vị trọng tài độc nhất trong nước.

Người lãnh đạo Quốc gia nếu không theo dõi điểm này, dù có địa vị rồi cũng mất ngay, hoặc được ở lại địa vị ngày nào, thì luôn luôn gặp trăm nghìn khó khăn và phiền phức.

Chỉ những người La Mã là chứng tỏ nổi rằng họ đã hiểu thấu những vấn đề trên đây. Một khi chiếm xứ nào là họ di chuyển ngay những đoàn di dân tới, dung dưỡng nâng những tốp dân hèn yếu lên mức vừa phải; không để cho quá mạnh, bọn nào quá mạnh thì phải dìm xuống bớt, và nhất thiết không cho bọn ngoại nhân hùng cường nào đặt chân xâm nhập vào xứ. Tôi muốn lấy làm tỷ dụ nước Hy Lạp khi bị người La Mã cai trị, chính quyền La Mã dung dưỡng cho người Etoliens và Achéens, làm suy nhược Đế quốc người Macédoniens, đánh đuổi Tướng Antiochus. Dù dân tộc Achéens tưởng thưởng, nhưng người La Mã cũng vẫn nhất định không để cho xứ họ mạnh hơn lên. Vua Philippe hết sức thuyết phục, kết tình thân hữu mà người La Mã vẫn dìm xuống, dù Tướng Antiochus mạnh mấy, người La Mã cũng không để cho giữ một khoảnh đất riêng nào trong xứ.

Chính quyền La Mã thật đã xử trí theo đúng đường lối của các vị Chúa đủ tài đức, không những biết nhìn rõ những biến cố xáo trộn hiện hữu mà còn tiên đoán được đi các biến cố có thể xảy ra ở tương lai để liệu bề tránh được một cách rất khôn khéo. Thật thế, nếu ta tiên đoán được những biến cố xáo trộn sẽ xảy ra, ta có thể giải quyết trước một cách dễ dàng. Nếu ta chờ cho nó tiến tới gần kề, thì phương chước nào cũng là quá chậm rồi, vì lúc đó coi như một trọng bệnh không thuốc nào chữa khỏi. Nhưng trường hợp ấy, giống như bệnh trạng của người bị chứng sốt tiêu mòn thân thể. Theo ý kiến các bác sĩ, chứng bệnh lúc khai phát rất dễ chữa khỏi nhưng lại là một bệnh rất khó tìm ra căn nguyên. Căn bệnh chưa tìm ra thì làm sao thầy thuốc chữa cho khỏi bệnh được? Sau bệnh biến chuyển đến lúc đã trở nên nặng khó mà chữa khỏi.

Việc nước cũng như vậy thôi. Người lãnh đạo có tài đức biết tiên đoán được những việc dở, khi nó xảy ra là có phương cách đối phó ngay. Nếu lại không biết nhìn trước đoán sau, để cho cơ sự nảy mọc đến mức ai ai cũng trong rõ thì lúc đó không còn phương thuốc nào cứu chữa nổi. Người La Mã thường tiên đoán được những hậu quả của các sự việc, nên luôn luôn đối phó, sửa chữa được kịp thời. Khi họ biết một tình trạng căng thẳng kéo dài thêm chỉ có lợi cho địch, thì họ không ngần ngại mở cuộc chiến tranh. Thế cho nên họ đã đột nhiên khai chiến với Philippe và Antiochus ở trên đất Hy Lạp để tránh khỏi lửa chiến tranh trên đất nước Ý của họ. Tuy rằng lúc ấy hai cuộc chiến tranh có thể tránh được, nhưng họ vẫn cố tình gây nên. Và họ không ưa nghe câu châm ngôn sau này mà các nhà hiền triết đương thời luôn mồm tối ngày nhắc tới: "Phải hưởng thụ những lợi điểm của thời gian". Họ chỉ hưởng thụ những lợi điểm của giá trị và trí khôn ngoan của họ thôi, bởi vì thời gian chạy qua trước mắt có thể mang lại những điều xấu cũng như điều tốt, điều dở cũng như điều hay.

Bây giờ ta trở lại chuyện nước Pháp, xem có sự việc nào giống như trên đã xảy ra chưa. Tôi không nói tới Vua Charles VIII, chỉ đề cập tới Vua Louis XII mà người ta biết rõ kế hoạch lãnh đạo của nhà Vua đã áp dụng để bảo thủ được lâu dài những đất đai đã chiếm cứ được ở trong lãnh thổ Ý Đại Lợi. Ta sẽ thấy trên những đất đai này, nhà Vua đã làm những việc trái hẳn lại với những điều mà một Chúa công đáng lẽ phải làm trên những xứ, tỉnh mới chiếm được của một dân tộc khác.

Vua Louis XII đặt chân xâm nhập được vào đất Ý là do lòng tham vọng của dân Vénitiens muốn dựa vào sự hiện diện của nhà Vua để mong chiếm cứ lấy một nửa phần đất xứ Lombardie.

Tôi không muốn trách nhà Vua đã lợi dụng điểm này bởi vì thâm tâm nhà Vua vẫn muốn xâm nhập vào nước Ý. Nhưng khốn nỗi Tiên Hoàng Charles đã vụng xử trí nên các cổng ngõ đều đóng chặt chặn đường vào và cũng chẳng còn có bạn hữu nào đồng minh với mình nữa. Vì vậy nên nhà Vua bắt buộc tìm cho được những mối thân hữu mới. Kế hoạch này chắc chắn mang lại thành công cho Ngài nếu Ngài không phạm một lỗi lầm nào khác.

Vậy, sau khi chiếm cứ được xứ Lombardie, Vua Louis lấy lại được uy danh mà cựu Hoàng Charles đã làm mất đi. Đô thị Gênes đầu hàng, dân Florentiens trở nên bạn đồng minh, Hầu tước Mantoue, Công tước Ferrare, Bentivogle, Bà Ford, các Vương tước Faenza, Pimini, Camerins, Piombino, Lucquois, Pisans, Grennois người người tấp nập lần lượt tới cầu xin tùng phục. Đến lúc này dân Ventiens mới tỉnh ngộ thấy cái mưu mô điên rồ của mình muốn có hai tỉnh trong xứ Lombardie, đã vô tình giúp cho Vua Louis trở nên chúa tể một phần ba đất Ý.

Kể đến đây ai cũng thấy rõ nếu Vua Louis muốn củng cố thế lực ở Ý, thì chỉ việc làm theo kế hoạch đã nói ở trên: chỉ cần bảo vệ che chở cho bọn chính quyền thân hữu ở các xứ, các tỉnh. Họ có số đông nhưng đều yếu hèn, kẻ thì sợ sệt Đức Giáo hoàng, kẻ thì sợ hãi dân Vénitiens, nên tất cả bọn họ phải bám chặt lấy Đức Vua. Nếu biết lợi dụng toàn bọn họ thì Vua Louis còn sợ gì ai có thể mạnh hơn được. Nhưng trái lại, khi mới đặt chân tới thành Milan, nhà Vua tức khắc giúp sức Đức Giáo hoàng Alexandre tới thu phục xứ Romagne. Vua Louis không biết rằng như vậy là tự mình làm yếu mình đi. Nhà Vua đã làm mất đi những người bạn yếu kém sẵn sàng đặt mình dưới sự che chở của nhà Vua để chống đỡ lại thế lực của Giáo hoàng. Nhờ vậy uy thế của Tòa Thánh Thiên

Chúa trở nên mạnh thêm nhiều, vì thêm vào thế lực tinh thần, giờ đây Tòa Thánh còn có một thế lực đất đai lớn lao nữa.

Đã trót phạm điều lầm lỗi đầu tiên nhà Vua bắt buộc cứ phải để các biến chuyển đi theo đường lối đó. Đến nỗi về sau muốn ngăn cản bớt tham vọng của Giáo hoàng Alexandre, và sợ Giáo hoàng trở nên chúa tể xứ Toscane, nhà Vua lại phải đích thân trở lại đóng trên đất Ý. Không những đã làm cho Tòa Thánh Thiên Chúa trở nên hùng mạnh, đã vô tình trục xuất các thân hữu của mình, nhà Vua còn nhằm đến mức khi chiếm cứ xứ Naples lại cùng chia xẻ đất đai xứ này với Vua Y Pha Nho. Trước đó nhà Vua nắm trọn quyền kiểm soát Ý Đại Lợi giờ đây ông lại đưa một người khác vào cùng ngự trị. Như vậy là những kẻ có tham vọng và những kẻ bất mãn trong xứ đã có một nơi quy tụ.

Vẫn giữ được toàn cõi nước Ý dưới quyền thống trị của mình với một vị Chúa địa phương bù nhìn thì loại ngay ông này đi để đặt vào ngôi một vị Chúa khác về sau chính kẻ này đã đuổi nhà Vua ra khỏi xứ!

Một điều rất thường tình và hợp với thiên nhiên là con người ai cũng có lòng ham muốn chinh phục, sẵn sàng chinh phục bất cứ lúc nào nếu họ có thể làm được. Kẻ chinh phục sẽ được tán thưởng hay ít nhất cũng sẽ không bị chê trách. Nhưng nếu không làm nổi việc này mà lại cứ cố làm, thì đó là một lỗi lầm và là một điều đáng chê trách. Ví dụ, nếu người Pháp có đủ sức xâm chiếm xứ Naples thì họ phải tự làm một mình. Nếu không thì thôi, chứ không nên chia đôi xứ ấy với một nước khác. Khi Pháp Vương chia đất xứ Lombardie với người Vénitiens, ta có thể tha thứ được là vì có thể thì người Pháp mới đặt chân vào đất nước Ý được. Nhưng đến khi chia đất xứ Naples với Tây Ban Nha thì thật đáng tội, vì lúc đó xét ra sự chia xẻ không phải là điều cần thiết.

Tóm lại Pháp vương Louis thời đó đã phạm năm điều lỗi lầm:

- Làm suy nhược thêm những bạn đồng minh yếu kém hơn mình.

- Trên đất Ý, đã làm tăng cường thêm sức mạnh của kẻ đã mạnh.

- Để cho một ngoại bang rất mạnh xâm nhập vào các xứ mới chiếm.

- Không đích thân đến trú đóng thường xuyên trên đất nước mới chiếm.

- Không cho tổ chức định cư những đoàn di dân vào các xứ mới chiếm.

Năm điều lầm lỗi đó kể ra không nguy hại lắm, ít nhất là trong thời gian Ngài còn sống, nếu Ngài không phạm một lầm lỗi thứ sáu: tước đoạt hết đất đai của người Vénitiens. Lầm lỗi là vì nếu nhà Vua đã không lỡ nâng uy quyền của Giáo hoàng lên quá cao, đã không lỡ dẫn dắt người Tây Ban Nha xâm nhập vào đất Ý, thì việc Ngài phải suy giảm bớt uy thế của dân Vénitiens là việc hợp lý và cần thiết. Nhưng nếu nhà Vua đã trót hành động như thế, không bao giờ nên làm cho dân Vénitiens quá suy nhược đi nữa. Vì nếu họ còn đủ sức mạnh như xưa, tất nhiên họ sẽ không để cho ai có thể lại xâm đoạt được xứ Lombardie bởi vì ý họ nghĩ nếu không làm chủ được xứ này thì họ không để cho người khác đặt chân tới, ngoài Pháp vương. Còn các địch thủ khác thì họ không muốn đẩy người Pháp ra để cho xứ Lombardie bị rơi vào quyền thống trị của người Vénitienes.

Tình trạng như thế ai còn dám tấn công gây hấn cùng một lúc với cả hai phía (Pháp và Vénitiens).

Nhưng nếu ai bảo rằng Pháp vương Louis đã nhượng xứ Romagne cho Giáo hoàng, xứ Naples cho Tây Ban Nha là để tránh khỏi một cuộc đại chiến, tôi trả lời tức khắc, dựa theo những lý lẽ kể trên, rằng ta không bao giờ nên tự gây ra những sự lủng củng xáo trộn để mong tránh khỏi một cuộc chiến tranh. Vì như vậy ta không thể tránh khỏi chiến tranh mà chỉ trì hoãn nó lại để rồi phải chịu nhiều thiệt hại hơn.

Nếu ai ngờ rằng Vua Pháp sở dĩ nhượng đất Romagne cho Đức Giáo hoàng là do lời hứa đổi đất lấy giấy phép của Giáo hoàng cho Ngài hủy bỏ cuộc hôn nhân cũ và xin một chức Hồng Y cho Đức Tổng giám mục xứ Rouen, thì tôi sẽ trả lời sau, khi nào tôi đề cập đến vấn đề chữ tín của các Vua Chúa.

Pháp vương Louis để mất xứ Lombardie chỉ vì không thi hành phương kế mà những kẻ khác đã áp dụng để chiếm đóng, giữ vững những đất đai được lâu đời, có được như vậy cũng chỉ là công việc hợp lý bình thường chứ chẳng phải là một sự kỳ diệu gì.

Trong lúc tôi đàm đạo ở Naples với Tổng giám mục thành Rouen, về tin Quận công xứ Valentinois - lúc đó còn được gọi là Tướng Cesare Borgia tức là con trai của Đức Giáo hoàng Alexandre - đang kéo quân chiếm đóng xứ Romagne, Đức Tổng giám mục Rouen nói bởi tôi là dân Ý thật nên không biết chiến tranh là gì. Tôi liền trả lời: chỉ vì người Pháp ngu ngốc về chính trị quá, nếu khá thì không bao giờ họ để cho chính quyền Thiên Chúa giáo trở nên quá mạnh thế này. Ta thấy rõ ngay trước mắt là người Pháp giúp cho Giáo hoàng và Tây Ban Nha trở nên mạnh trên đất Ý tức tự họ đã gây suy sụp cho họ. Do những sự việc trên đây ta có thể lập ngay một quy thức rất đúng, không bao giờ sai hoặc rất ít khi sai: "Người nào giúp cho kẻ khác trở nên hùng cường tức là mình tự tiêu hủy mình". Bởi vì kẻ ấy được hùng cường là nhờ ta đã mang một tài khôn khéo và sức mạnh của ta để giúp họ. Nếu cứ để yên thì kẻ ấy lúc nào cũng nơm nớp sợ tài khôn khéo và sức mạnh của ta.

Chương 4

Lý do Vương quốc của Darius không nổi loạn chống lại các vị thừa kế vua Alexandre

Nghĩ tới kẻ đi chinh phục gặp trăm nghìn sự khó khăn phải giải quyết trên những đất đai mới chiếm cứ, ai cũng thán phục sự nghiệp của Alexandre đại đế. Người trở nên chúa tể Á Châu chỉ trong khoảng mấy năm trời rồi lại chết ngay sau khi chiếm cứ được toàn cõi. Lúc đó ai cũng tưởng toàn cõi sẽ nổi dậy chống đối. Nhưng trái lại những bậc kế vị sau này đều ở lại trị vì yên ổn, không bị một sự phiền toái nào. Về sau có sự phiền toái nào xảy ra cũng là do những người kế vị quá tham vọng tự gây nên.

Ở điểm này tôi trả lời ngay rằng những Vương quốc được lưu danh hậu thế đều đã được cai trị theo hai thể thức sau đây:

- Hoặc do một Quốc vương cùng với một tập đoàn thuộc hạ thân tín được cắt đặt vào địa vị Tổng Bộ trưởng để giúp Vua cai trị lãnh thổ.

- Hoặc do một Quốc vương cùng với bọn các công hầu lãnh chúa ở địa phương. Bọn này tại vị không phải do đặc ân của Quốc vương mà là do truyền thống gia tộc của họ. Bọn này có thuộc hạ quần thần riêng, họ sẵn có một tính ưu ái tự nhiên đối với bá chủ là Quốc vương.

Về những nước do một Chúa công độc lực trị vì với sự giúp sức của một bọn cận thần tôi tớ, thì nơi đây uy quyền của Chúa công rất lớn, vì trên toàn cõi chỉ có một mình ông ta được công nhận là bá chủ. Nếu còn có những kẻ khác được dân gian tuân lệnh thì, họ là Bộ trưởng công chức của Chúa công, nhưng họ không được dân chúng yêu mến cho lắm.

Những tỉ dụ của hai thể thức chính quyền nói trên ta thấy ngay ở thời đại đương kim, tức Vua nước Pháp và Đại đế nước Thổ. Toàn cõi Vương quốc của Vua Thổ đều do một mình Ngài nắm quyền thống trị. Toàn dân là kẻ tôi đòi, là nô lệ. Lãnh thổ được phân chia làm nhiều khu vực, ở mỗi khu vực Ngài bổ nhiệm một vị Thống đốc. Các vị này bị thuyên chuyển thay thế hoặc bãi chức là do sở thích riêng của Ngài. Trái lại Vua Pháp thì lại có ở xung quanh mình cả một tập đoàn đông đảo các Tiểu vương đã nối tiếp đời đời nắm giữ quyền thống trị những khu vực đất đai riêng. Từ thượng cổ, quyền ấy đã được toàn thể thần dân chấp nhận trong tình lưu luyến. Bọn Tiểu vương đã có sẵn những tước vị những đặc quyền mà nhà Vua không dám mạo hiểm bãi cất của họ đi.

Giờ đem so sánh hai thể thức cai trị trên đây, ta sẽ thấy đối phó với chế độ của Vua Thổ, nếu muốn đánh chiếm lãnh thổ của Ngài, ta sẽ gặp nhiều khó khăn. Nhưng khi đã chiếm được thì dễ giữ binh quyền. Những khó khăn mà ta có thể gặp khi định chiếm đoạt đất đai của Vua Thổ là do những nguyên nhân sau đây:

Trước hết trong nước không có những Tiểu vương quê gốc tại xứ đứng lên kêu gọi ngoại nhân tới giúp. Kẻ này cũng không thể mong mỏi bọn cận thần của Đức Vua nổi loạn tạo phản giúp sự xâm lăng được dễ dàng.

Sự việc sẽ như thế là vì bọn cận thần đều là thuộc hạ chịu ơn sâu của nhà Vua. Bọn cận thần phản bội dù có bị mua chuộc chăng nữa cũng không lôi kéo nổi dân chúng theo con đường phản loạn. Vậy kẻ nào muốn đánh bại Vua Thổ phải biết trước là sẽ phải đương đầu với những lực lượng đoàn kết chặt chẽ, và chỉ nên tin vào quân lực của mình chứ đừng mong vào sự tan rã của lực lượng đối phương. Và, một khi đã đánh bại được quân lực của nhà Vua rồi thì chỉ còn phải sợ những người trong gia tộc nhà Vua còn sống sót lại. Nếu tiêu diệt hết dòng dõi nhà Vua rồi, thì không còn phải sợ ai nữa, bởi vì còn lại là bọn thần tử thuộc hạ không có uy quyền gì đối với dân chúng nữa. Nếu kẻ thắng, trước đã không mong nhờ tới bọn này giúp đỡ, về sau cũng chẳng phải e sợ gì nữa.

Bây giờ ngược lại, ta đề cập đến các nước có chế độ cai trị như kiểu nước Pháp. Kẻ chinh phục có thể để đang xâm nhập vào nước và mua chuộc vài Lãnh chúa. Việc mua chuộc này rất dễ là vì bao giờ cũng sẵn có kẻ bất mãn, những kẻ mong thấy những cuộc đổi mới. Những kẻ này lúc nào cũng sẵn lòng mở cửa thành đón người chinh phục xâm lăng. Nhưng đến khi chiếm đóng đất đai xong rồi mới thấy nhiều sự phiền toái, liên miên xảy ra. Một mặt đối với những kẻ đã đồng tình giúp đỡ mình, một mặt đối với những kẻ bị mình đè nén. Dù cho kẻ chiến thắng đã tiêu diệt đến tận gốc nòi giống nhà Vua, nhưng vẫn còn bọn Tiểu vương, họ có thể nổi lên phát động một phong trào chống đối. Kẻ chiến thắng không sao làm vừa lòng hết mà cũng không sao giết hết họ đi được. Trong tình trạng này chỉ cần một dịp không may xảy ra là kẻ chiến thắng sẽ mất hết những đất đai đã chiếm cứ được trước kia.

Bây giờ nên xem xét tới thể thức thống trị Đế quốc cũ của Vua Darius, ta sẽ thấy giống hệt như thể thức của Vua Thổ vĩ đại. Hoàng đế Alexandre chỉ phải kéo quân tới giao chiến và số quân của Daius chết đi, toàn cõi lãnh thổ ngoan ngoãn chịu sự cai trị của Vua Alexandre. Lý do của việc này đã nói tới ở trên. Nếu những người kế vị Vua Alexandre biết hòa hiệp cùng nhau thì họ có thể giữ mãi địa vị thống trị xứ này không khó nhọc gì hết; bởi vì trong toàn quốc không hề xảy ra một cuộc rối loạn nào ngoại trừ những xáo trộn do chính những người kế vị nhà Vua tự gây ra.

Nhưng đối những Quốc gia tổ chức như nước Pháp thì kẻ xâm lăng khó lòng mà ngồi yên cai trị được. Do đó ta thấy phát sinh ra những cuộc nổi loạn ở các nước Tây Ban Nha, Gaule, Hy Lạp để chống lại người La Mã và ủng hộ các cựu Chúa địa phương. Trong thời gian dân chúng còn vọng tưởng tới các vị cựu Chúa này, người La Mã không chắc nắm giữ mãi những đất đai mới chiếm được. Nhưng về sau lòng vọng tưởng của dân tắt dần đi, và nhờ sự chiếm cứ lâu năm cùng sức mạnh của Đế quốc, người La Mã trở nên chủ nhân ông chắc chắn yên ổn của những lãnh thổ này. Rồi từ ngày ấy trở về sau những người La Mã cầm quyền cũng có khi tranh giành nhau quyền lợi, mỗi người nắm giữ một phần đất riêng tùy theo thế lực của mình, nhưng họ vẫn cùng nhau chiếm giữ được toàn vẹn các lãnh thổ. Nòi giống các cựu Chúa đã bị tiêu diệt, dân bản xứ chỉ còn biết người La Mã là Vương chủ của họ thôi.

Vậy những ai suy luận kỹ các sự việc kể trên đây đều không lấy làm lạ khi thấy Đại hoàng đế Alexandre nắm giữ toàn cõi Á Đông được dễ dàng như vậy. Trái lại những kẻ chinh phục khác, chẳng hạn như ông Pyrrhus và nhiều vị khác nữa, muốn nắm giữ được các đất đai chiếm cứ, phải khó nhọc vô cùng. Đó không phải là do lực lượng yếu hay mạnh của kẻ thắng trận, mà là tùy theo từng trường hợp.

Chương 5

Phương cách cai trị những Đô thị, những Vương quốc đã có sẵn nền sinh hoạt và luật pháp

Ở những xứ bị chiếm đóng mà dân gian đã quen sống trong nền tự do với luật lệ riêng của họ, kẻ xâm lăng có ba kế hoạch để giữ vững ngôi trị vì: - Một là tàn phá hết - Hai là đích thân đến đóng ở tại chỗ - Ba là cứ để cho dân sống theo tập tục của họ, ta chỉ thụ hưởng lợi lộc cống hiến rồi lập nên một tiểu chính phủ địa phương với nhiệm vụ duy trì tình hữu nghị của nhân dân bản xứ với ta. Bọn người ít ỏi được Chúa nâng lên địa vị này chỉ là một thiểu số, tự biết là họ giữ vững được địa vị lâu dài nhờ uy quyền và lòng tín nhiệm của Chúa, nên họ tận tâm hết sức bảo vệ quyền thống trị của Chúa. Chắc chắn là, nếu ta thật không có tâm muốn làm phá sản một đô thị đã quen sống trong tự do, việc thu dùng những công dân địa phương vào những trách vụ cai trị là phương sách tốt nhất.

Ta có hai tỉ dụ là người Lacédémoniens và người Romains (La Mã). Người Lacédémoniens chiếm cứ hai thành Athènes và Thèbes rồi chỉ để lại một số công chức cai trị nhưng sau này cũng mất cả hai xứ đó. Trái lại người Romains (La Mã), sau khi chiếm cứ những xứ Capoue, Carthage và Numance, đều tàn nhẫn thì lại giữ được lâu dài.

Đến khi chiếm cứ được nước Hy Lạp, người La Mã cũng muốn xử trí như người Lacédémoniens, nghĩa là để cho dân bản xứ sống theo tập tục, luật lệ của họ. Nhưng kết quả không tốt đẹp, đến nỗi về sau lại phải tàn phá mấy đô thị rồi tình thế chung mới được ổn định và giữ được toàn lãnh thổ này lâu đời. Sự thực hiển nhiên, khi ta muốn chiếm giữ vững chắc một lãnh thổ không có cách gì hay hơn là hãy tàn phá nó đi đã. Vị Chúa nào khi mới chiếm đoạt được chính quyền trên một lãnh thổ đã quen sống trong tự do, mà không tàn phá nó đi thì có ngày nó sẽ quay lại tiêu diệt Chúa đó. Bởi vì lúc nào nó cũng ấp ủ những âm mưu khởi loạn dưới danh nghĩa bảo vệ tự do và cổ tục của nhân dân. Dù thời gian trị vì có lâu chăng nữa nhân dân lãnh thổ bị trị cũng không bao giờ quên hai danh từ ấy đâu. Dù làm cách nào chăng nữa nếu không phải là đuổi đi nơi khác hay phân tán đi xa, họ cũng không quên và khi có dịp là họ lại nêu cao danh nghĩa của hai điểm này. Cũng như trường hợp của Pise sau một trăm năm bị dân Florentins đô hộ.

Nhưng trong một Đô thị hay một Quốc gia đã lâu đời sống dưới quyền thống trị của một Quốc vương, khi dòng dõi nhà Vua bị diệt vong; vì sự phục tùng đã trở nên một thói quen, nhân dân không sao thỏa hiệp cùng nhau để chọn lấy một vị tân Vương giữa họ với nhau được. Vì không quen sống trong tự do nên họ rất chậm chạp, lừng khừng khi cần tranh đấu bằng vũ lực. Ở tình trạng này, một tân Chúa xâm lăng rất dễ đánh bại họ và giam chặt họ trong vòng thống trị. Trái lại ở những xứ Cộng hòa, sinh lực nhân dân mạnh hơn, sự oán ghét lòng thích báo thù rửa hận mạnh mẽ hơn; họ không quên nổi nếp tự do cũ để thản nhiên sống cuộc đời bị trị được. Thế cho nên muốn thống trị họ, chỉ có cách chắc chắn hơn hết là tiêu diệt họ hoặc phải đích thân tới trú đóng ngay trong đất họ.

Chương 6

Những lãnh thổ mới chiếm được nhờ võ lực và tài năng của kẻ chiến thắng

Để cập tới những lãnh thổ hoàn toàn mới, trong đó vị lãnh tụ cũng như cơ cấu chính quyền đều mới cả, xin đừng ai lấy làm lạ khi thấy tôi đưa ra những tấm gương lịch sử vĩ đại, bởi vì còn người đại đa số luôn luôn noi theo con đường đã do người khác vạch sẵn, các hành vi cũng rập theo cùng một kiểu. Nhưng khốn nỗi không phải việc gì cũng đi đúng đường lối của tiền nhân được. Trên phương diện đạo đức cũng chưa chắc sánh kịp với người làm gương. Cho nên người khôn ngoan, thận trọng phải biết con đường hay của những bậc vĩ nhân có chân tài mà noi theo, để rồi nếu chính mình không đủ tài năng đúng mức thì ít ra cũng hưởng thụ được dư vị lưu truyền của tiền nhân. Ta lấy làm tỉ dụ các nhà thiện xạ. Họ biết ra tầm mức khả năng cây cung của họ, nếu cần bắn vào cái đích ở xa quá tầm, họ phải nhắm mũi tên cao hơn vị trí của đích. Sở dĩ tới đích được là vì mũi tên phải theo đường vòng lên cao rồi mới rơi xuống trúng đích.

Vậy khi tôi nói các lãnh thổ hoàn toàn mới, với một vị Chúa công mới, việc cai trị khó khăn hay dễ dãi là do chính sách nghiêm khắc hay nhu nhược của kẻ cầm quyền. Sau một cuộc phiêu lưu, kẻ bình dân nhảy lên được đến ngôi vị Chúa, ta phải đoán ngay kẻ ấy thành công là nhờ ở tài năng riêng hoặc nhờ ở số mệnh hên của hắn. Có được một trong hai điều kiện đó, vị tân Chúa cũng đỡ phần khó khăn trong việc trị quốc. Nhưng dù sao kẻ thật sự có chân tài sẽ ở vững trên địa vị hơn kẻ ỷ lại vào số mệnh may rủi. Kẻ này lại còn có thể thâu lượm thêm được nhiều chiến thắng. Khi đề cập đến những nhân vật hoàn toàn do tài năng riêng, chứ không nhờ tới số mệnh may rủi, mà trở nên bậc Chúa công, tôi xin kể những vị hiển hách nhất là Moise, Cyrus, Omulus, Thésée, và nhiều người khác nữa. Ta không cần phải phê bình tới Moise, vì Moise là vị thừa hành mệnh lệnh của Thượng đế, như vậy đủ để ta tôn kính rồi. Nhưng nếu ta nghĩ tới Cyrus và mấy vị khác, cùng những vị đã chiếm cứ đất đai và sáng lập nên những Vương quốc, ta thấy họ là những hạng người đáng tôn phục. Vì nếu ta xét kỹ công việc và cách hành sự của họ, ta sẽ thấy họ không kém gì Moise, luôn luôn được Thượng đế hướng dẫn. Khi xét kỹ sự nghiệp và tiểu sử của các vị này, ta thấy điều may mắn độc nhất của họ là đã gặp thời cơ. Thời cơ đem lại chất liệu để họ đúc tạc thành những hình thể mà họ ưa thích. Thời cơ đã đưa lại cho họ những vấn đề, những sự việc để họ giải quyết hay uốn nắn tùy theo sở thích. Nếu không có cơ hội, tài năng trí óc của họ đã bị tiêu ma và nếu không có tài năng trí óc thì cơ hội cũng trôi qua uổng phí.

Phải có cơ hội là lúc dân Do Thái (Israel) cư trú trên đất Ai Cập đang bị người nước này xem như nô lệ, đè nén, ức hiếp thì Moise mới được dân Do Thái phục tùng cầu khẩn xin cứu thoát khỏi vòng xiềng xích. Phải nhờ nguyên do Romulus đã sống trong khoảng đất quá chật hẹp của xứ Albe, và là một đứa trẻ bị ruồng bỏ từ thửa sơ sinh, ông mới trở thành vị anh hùng sáng lập nên kinh thành La Mã (Rome) và là chúa tể trên toàn xứ. Còn Cyrus nổi danh là nhờ sống giữa lúc dân tộc Perses (Ba Tư) đang oán ghét Đế quốc người Mèdes; giống người này vì đã được hưởng thụ thanh bình lâu quá nên trở thành ươn hèn nhu nhược. Thésée đã thi thố hết tài năng là vì lúc đó dân tộc Athéniens (Nhã Điển - Hy Lạp) đang ở trong tình trạng phân hóa chia rẽ. Vậy ta thấy cơ hội, thời thế đã tạo nên các vị anh hùng, và các vị anh hùng này có đủ trí óc thông minh, tài năng để nắm lấy cơ hội, thời thế đó. Kết cuộc là xứ sở họ trở nên hùng mạnh và dân tộc họ sống trong hạnh phúc hoàn toàn.

Đề cập đến những kẻ khác cũng đi chiếm một Vương quốc cho mình (như các vị trên đây) bằng hành vi quyết liệt; khi chiếm đóng họ phải khó nhọc thật, nhưng đến lúc trị vì thì lại dễ dàng. Những khó khăn phải vượt qua do chỗ họ bắt buộc phải ban bố những sắc luật, đặt ra các định chế để sáng tạo nên một cơ cấu chính quyền và để củng cố uy quyền cá nhân họ. Không có gì khó giải quyết, khó thành công và nguy hiểm bằng cuộc phiêu lưu trong công tác sáng lập một chế độ mới toàn diện cho một Quốc gia.

Bởi vì người lãnh đạo cuộc cách mạng này sẽ gặp những kẻ thù, tức là những kẻ đã đã được hưởng nhiều lợi lộc của chế độ cũ, và bênh vực mình một cách hời hợt, họa chăng chỉ là những kẻ vừa được hưởng thụ những lợi lộc mới. Sự ủng hộ lừng khừng vì bọn cộng tác viên mới vẫn sợ sệt, kiêng nể kẻ thù đứng sau lưng pháp luật cũ, phần khác họ chưa thấy gì đảm bảo chắc chắn là chính sách của chế độ mới sẽ bền vững lâu dài. Do đó, ta thấy nhiều trường hợp những kẻ thù cũ phản công lại dễ dàng và bọn mới chỉ chống cự lại một cách hời hợt, yếu ớt để rồi bị thất bại.

Nếu muốn thấu triệt vấn đề ta phải tự hỏi người đi tìm cái mới có thể tự lực làm được gì hay còn phải tùy thuộc vào những người khác nữa? Nghĩa là muốn thành công cần phải kêu gọi sự giúp đỡ của người khác hay chỉ trông cậy vào sức mạnh của mình là đủ?

Trường hợp thứ nhất thì luôn luôn thất bại, trường hợp thứ hai, nếu biết tự lực và xử dụng sức mạnh của mình, thì it khi thất bại. Vậy ta có thể kết luận kẻ nào có binh lực hùng mạnh trong tay là phải thắng kẻ có binh lực thua kém. Ngoài những điểm nói trên, ta còn phải nghĩ tới tính chất bất nhất của tâm lý quần chúng. Ta có thể thuyết phục dễ dàng để họ tin theo một việc nhưng rất khó giữ vững niềm tin ấy trong lòng họ. Thế nên ta phải giữ vững trật tự để khi nào họ không tin nữa, ta có thể dùng sức mạnh bắt họ phải tin theo. Moise, Cyrus, Thésée nếu không có võ khí dồi dào cũng chẳng bảo vệ được lâu dài chế độ của họ. Ngay như thời đại đương kim ta thấy Linh mục Jérôme Savonarole đã bị lật đổ ngay khi đặt xong nền trật tự mới mà ông đã sáng lập. Bởi vì khi dân chúng bắt đầu hết tin ở ông thì ông lại không có đủ lực lượng đủ để giữ vững lòng tin của những kẻ đã tin và để thu phục thêm những kẻ chưa tin ông. Vậy những lãnh tụ ở trong hoàn cảnh như ông thật là khó khăn, biết bao nguy hiểm đặt giữa đường đi, phải có đủ tài năng mới vượt qua nổi. Khi những khó khăn đã vượt qua, những kẻ ghen ty đã bị diệt trừ hết, lúc đó được đám dân chúng tôn sùng quý mến, vị lãnh tụ sẽ ở yên ổn trên địa vị hùng cường, bảo đảm, với đầy đủ vinh quang và hạnh phúc.

Ngoài những tấm gương lịch sử vĩ đại nêu trên tôi muốn kể thêm một tỷ dụ nhỏ hơn, nhưng cũng cùng một tính chất, trong số nhiều trường hợp tương tự. Tôi muốn nói tới Hiéron xứ Syracuse: Vị này xuất thân là một thường dân sau trở thành một Chúa công.

Sự may mắn độc nhất của ông là đã gặp thời cơ. Nguyên do dân gian xứ Syracuse, bị thúc đẩy bởi chiến tranh và sự khẩn thiết nội bộ phải vội bầu Hiéron lên làm chỉ huy quân lực. Từ địa vị này, ông dần dần tỏ ra là một nhân vật đủ tư cách làm Chúa. Vốn dĩ từ khi chưa có địa vị, ông đã là người có rất nhiều tài năng lỗi lạc. Cho nên lúc đó đã có người bảo rằng ông chỉ thiếu Vương quốc để trở thành Đế vương. Ông giải tán hết đội quân dân vệ cũ để lập ngay một đoàn binh sĩ mới. Ngoài những thân hữu cũ vẫn luôn luôn được tôn trọng ông còn tạo thêm nhiều bạn đồng tâm đồng chí mới nữa. Như thế ông đã tự lực gây nên một đoàn thân hữu đồng chí và một đạo binh sĩ tin cẩn riêng của mình. Trên nền tảng vững như vậy, ông muốn xây cất lâu đài nào cũng được. Quả thật, khi tranh đấu khó nhọc bao nhiêu thì đến lúc thụ hưởng được thỏa mãn bấy nhiêu.

Chương 7

Những lãnh thổ mới chiếm được nhờ võ lực và tài lực của kẻ khác

Những kẻ xuất thân từ lớp thường dân chỉ nhờ vận may mà trở thành Chúa, khi lên tới địa vị thì không khó nhọc gì, nhưng giữ vững được địa vị lại là việc khó khăn vô cùng. Gặp vận may bốc lên như diều, đường đi chẳng gặp chút chông gai, nhưng khi an vị, các công việc nan giải nảy ra liên miên. Đó là những kẻ mang tiền tài mua lấy địa vị, hoặc do người khác ban ân cho. Trường hợp này gặp nhiều trên đất Hy Lạp như ở các đô thị Lonie và Hellespont. Ở các nơi này Hoàng đế Darius tạo nên những Tiểu chúa để họ giữ gìn an ninh và uy danh cho Hoàng đế. Cả đến các Hoàng đế La Mã cũng vậy, ai có tiền bỏ ra nuôi được nhiều binh sĩ là có thể bước tới đế vị. Bọn Chúa công này được tại vị nhờ thế lực Thần Tài, và do ý muốn của những kẻ khác cắt đặt họ lên địa vị cao quý. Hai điều này chỉ là những điều thất thường và mong manh. Cứ thực mà nói, bọn họ không biết cách và không thể giữ nổi địa vị. Vì quen song trong giới hạ lưu, họ không biết quyền chỉ huy là gì, trừ khi họ có trí óc phi thường và có sự cuồng nhiệt trong hành động. Họ không thể làm gì được, vì họ không có trong tay một lực lượng trung kiên thành tín. Hơn nữa những lãnh thổ rơi vào tay họ quá lẹ, cũng như tất cả các thực vật thiên nhiên, vi sinh mọc lớn quá mau lẹ, nên không làm sao có đủ rễ, đủ sợi, đủ thớ để có thể đứng vững trước một trận cuồng phong đột khởi. Đó là số phận của những kẻ bột phát trở thành Chúa trong khoảnh khắc, nếu họ không có tài năng đặc sắc để nắm giữ những sự may mắn đưa đến tay, và nếu sau khi tại vị, họ không biết xây dựng nền móng vững vàng cho địa vị của họ, điều mà các người khác phải làm trước.

Bây giờ tôi muốn đưa hai tỷ dụ lịch sử tiêu biểu cho hai phương sách trở thành Chúa, hoặc do tài năng hoặc do của cải. Đó tức là trường hợp Francois Sforza và trường hợp Cesare Borgia.

Sforza với tài năng siêu việt và những phương tiện thích ứng, xuất thân từ chức Quản quân thấp kém, đã trở nên Công tước cai trị Milan. Ông đã phải tự gầy dựng uy quyền bằng trăm ngàn công khó thì ông lại giữ vững địa vị một cách dễ dàng. Còn Cesare Borgia, mà người ta thường gọi là Công tước Valentinois, đã chiếm giữ được nhiều lãnh thổ nhờ tài sản tiền bạc của đấng thân phụ ông. Cho nên sau thân phụ ông mất, các đất đai cũng mất theo luôn, dù ông đã làm đủ cách mà người đời có thể làm được. Ông mang hết tâm trí hoạt động như bất cứ người tài giỏi nào khác để mong cắm rễ sâu vào những lãnh thổ mà ông đã được thụ hưởng nhờ binh lực và tài sản, tiền bạc của người khác đem lại.

Như đã nói ở trên, vị Vương hầu nào khi lên ngôi chưa xây kịp một nền tảng cho uy quyền của mình, về sau làm cũng được, nhưng nền móng ấy sẽ nguy hiểm vô cùng và có thể làm cho cả tòa nhà suy sụp đổ.

Nếu xem kỹ tất cả sự nghiệp, công trình của Công tước, ta thấy rõ ông đã làm rất nhiều để xây đắp nền móng cho uy thế tương lai của ông. Khi trình bày dài dòng về vấn đề này, thiết nghĩ không phải tôi đã đi ra ngoài đề. Tôi xét không thể có phương châm nào hay hơn cho các tân Chúa, là noi gương những sự nghiệp của vị Công tước này. Và nếu về sau chính Công tước không được hưởng kết quả, công lao của mình, không phải do ông mà do một sự trớ trêu của số mệnh (Công tước đã chết yểu).

Giáo hoàng Alexandre VI (Cha đẻ của Cesare Borgia) khi có ý muốn làm cho Công tước trở thành một vị Lãnh chúa uy liệt, Ngài đã gặp nhiều sự cản trở, ngay lúc ấy và cả sau này nữa. Một là Ngài không thể ban cho con một lãnh thổ nào không trực thuộc Giáo hội. Vả chăng Ngài cũng thừa biết trước dân tộc Vénitiens và Công tước xứ Milan không bao giờ ưng thuận để cho Ngài lấy đất của Tòa Thánh ban cho con mình. Thêm nữa, Faenza và Rimini từ xưa đến này vẫn được dân Vénitiens bảo trợ. Ngoài ra Ngài còn phải nhìn tới những lực lượng quân sự của Ý quốc. Tuy lúc nào Ngài cũng xử dụng được chúng, nhưng những quân lực này lại đặt dưới quyền chỉ huy của những nhân vật vốn sợ uy quyền Ngài lên cao quá. Những nhân vật này lại là người trong gia đình họ Orsini và Colonna cùng bè lũ thân tín nên Ngài không dám tin cẩn họ được. Bây giờ Ngài chỉ còn cách làm đảo lộn hệ thống đương thời, làm rối loạn trật tự trên tất cả các xứ của những người này, mới có lý do tách riêng một lãnh thổ cho con Ngài cai trị. Kế hoạch được Ngài thi hành thành công rất dễ dàng. Bởi cùng lúc đó dân Vénitiens, vì những lý do khác nữa, đang có ý định đưa người Pháp xâm nhập vào đất Ý. Không những không phản đối việc này, Ngài còn dang tay đón tiếp và ban ngay cho Vua Louis nước Pháp phép Thánh để ly dị cùng cựu Hoàng hậu. Vậy chính dân Vénitiens đã giúp và Giáo hoàng Alexandre ưng thuận để Vua Pháp du nhập vào đất Ý. Ngược lại, khi Giáo hoàng định thôn tính xứ Romagne, chính Vua Louis đã phải nhận mang nhân lực của mình giúp Ngài.

Công tước Borgia, con Ngài, lại mướn thêm cả quân sĩ của Orsini để đánh lại đoàn quân của Colonna đóng tại xứ này để chiếm cứ đất đai.

Sau đó, Công tước vừa lo giữ vững đất này, vừa có tham vọng bành trướng thế lực ra ngoài bờ cõi. Nhưng ông gặp ngay hai trở lực lớn: một là đoàn quân Orsini mà ông mướn thiếu hẳn lòng trung thành, hai là thâm ý của người Pháp. Nghĩa là Công tước rất sợ bọn quân đánh thuê của gia tộc Orsini manh tâm không những không giúp ông đi chiếm các xứ khác còn có thể trở mặt hất ông khỏi những đất đai đã chiếm. Ông còn sợ Pháp vương Louis cũng sẽ xử trí như vậy nữa. Đối với bọn quân Orsini, ông đã thấy một vài điểm báo hiệu lòng phản trắc của họ. Sau khi chiếm được xứ Faenza lúc tấn công xứ Bologne, ông thấy họ rất hờ hững ngoài chiến trận. Về phía Vua Louis, ông đã biết chắc thâm ý của nhà Vua. Sau khi đã chiếm xong đất Urbin, ông tấn công luôn sang đất Toscane, bị Vua cương quyết ngăn lại và bắt rút quân về.

Sau mấy biến cố này, ông đắn đo lợi hại, rồi quyết định từ nay không trông mong vào vận mệnh may rủi và cũng không nhờ cậy đến lực lượng của kẻ khác nữa. Theo phương châm, việc đầu tiên ông làm là hạ uy thế của Colonna và Orsini ngay tại thành phố La Mã (Rome). Ông đã lôi kéo tất cả bọn quần thần quý phái về phe ông. Ông ban cho họ quyền cao chức trọng lương to lộc lớn. Rồi tùy theo cấp bậc ông cho phép họ lập nên đội đoàn binh sĩ và gây cơ sở chính quyền địa phương đến nỗi chỉ trong mấy tháng, bọn quần thần quý tộc đều nhạt tình thân thiết với bè phái cũ đi theo về với ông. Sau đó, ông chỉ còn chờ dịp để diệt trừ bọn Orsini. Cơ hội đến đúng lúc, ông liền nắm lấy khai thác triệt để. Đó là lúc bọn Orsini tỉnh ngộ thấy rằng mình ở vào một tình trạng tối nguy, khi Công tước Cesare Borgia cùng với Giáo hoàng trở nên mạnh. Họ đã ngấm ngầm hội họp ở tỉnh Magione, gần Pérouse, bàn định mưu kế gây loạn trong xứ Urbin và gây xáo trộn trật tự trong xứ Romagne cùng vô số sự rắc rối làm cho Công tước hoảng sợ. Nhưng ông đã lợi dụng ngay sự trợ lực của người Pháp để dẹp yên tất cả. Sau khi lấy lại được uy thế vững chắc, ông liền trở mặt không tin dùng người Pháp cùng với cả bọn ngoại nhân khác nữa. Thật là người tráo trở quay quắt. Ông làm mặt đạo đức, giả dối đến nỗi còn xin giảng hòa, xóa hết hận thù với bọn Orsini nhờ sự trung gian giàn xếp của Giám mục Paulo. Khi phải gây lòng tin để nhờ cậy, ông chiều nịnh Giám mục Paulo quá mức: dâng tặng luôn, nào lễ phục, nào tiền bạc, ngựa xe. Giám mục nể lời bèn ra công thuyết phục cho kỳ được bọn Orsini, tự kéo nhau tới tỉnh Sinigaglia, đặt mình dưới quyền ông. Bọn lãnh tụ chống đối đã bị tiêu diệt, dư đảng của chúng nay đã trở nên bạn của ông rồi. Ông đã xây dựng xong nền tảng cho uy thế. Ông nắm vững trong tay toàn cõi xứ Homagne và Vương quốc Urbin, toàn dân thần phục và tôn sùng ông, bởi vì họ đã bắt đầu thụ hưởng những ân huệ do ông ban bố.

Sau đây, tôi không muốn bỏ quên không kể một hành động rất nổi tiếng của vị Chúa công này mà kẻ khác cũng cần bắt chước. Sau khi chiếm cứ xong toàn cõi xứ Romagne, ông thấy xứ này bị chia xẻ bởi một lũ Tiểu chúa vô quyền. Họ chỉ chăm lo việc bóc lột nhân dân chứ không nghĩ tới việc cai trị khiến nhân dân càng ngày càng thêm chia rẽ, trong xứ đầy dẫy trộm, cướp, đâm chém lẫn nhau. Ông nghĩ ngay rằng cần phải dẹp yên bọn Tiểu lãnh chúa này, đưa họ vào một mối phục tùng Hoàng quyền, rồi lập lên trong xứ một cơ cấu chính quyền mạnh mẽ. Ông bèn giao phó trọng trách này cho một nhân vật hữu danh là Remy d'Orque, có tiếng là người tàn ác và lanh lẹ. Vị này được toàn quyền hành động. Trong một thời gian ngắn toàn xứ được thanh bình và thống nhất, thật là một đại danh dự cho ông. Nhưng sau đó ông thấy sự toàn quyền chém giết này không hợp thời nữa và có thể trở nên ghê tởm. Ông bèn thiết lập lên ở giữa tỉnh một tòa án nhân dân dưới quyền chủ tọa của một ông Chánh thẩm hiền đức và mỗi địa phương được cử một Trạng sư đại diện. Ông thừa biết trước là những biện pháp hà khắc vừa qua đã gây nhiều điều thất nhân tâm. Nay ông muốn tẩy xóa khỏi trí óc của nhân dân những hình ảnh đó để lấy lại tình thân hữu của họ. Ông muốn tỏ rõ cho tất cả biết là trước kia có những hành động tàn ác không phải do ông ra lệnh mà hoàn toàn do thiên tính xấu xa của kẻ thừa hành. Ông tìm ngay cơ hội. Một buổi sáng kia, giữa công trường tỉnh Césèna ông, ra lệnh mang Remy d'Orque chặt ra làm hai mảnh, phơi thây giữa trời, bên cạnh có một cái thớt và con dao đẫm máu. Cảnh tượng khủng khiếp này làm cho toàn dân ngẩn ngơ nhưng khoái trá.

Bây giờ ta trở lại khởi điểm của câu chuyện: Công tước Cesare Borgia nay đã trở nên hùng cường, các mối nguy xa dần, bọn lân bang có thể hãm hại đều bị tiêu diệt cả rồi. Trên con đường bành trướng thế lực, ông chỉ còn e ngại người Pháp nữa thôi. Bởi vì ông biết rõ Pháp vương tuy đã nhận thức được sự nhầm lẫn của mình, nhưng không vì vậy mà cứ để cho sự nhầm lẫn kéo dài mãi.

Vì thế ông để tâm đi tìm kiếm thêm bạn đồng minh, đồng thời khởi sự châm chọc người Pháp, bắt đầu từ lúc họ kéo quân xuống xứ Naples tấn công quân Y Pha Nho đang vây hãm thành Gaète. Trong thâm tâm ông muốn kéo mọi người cùng mình chống lại người Pháp. Âm mưu này sắp thành tựu thì gặp ngay đức thân phụ của ông, Giáo hoàng Alexandre, băng hà.

Trên đây là những thủ đoạn của Công tước Cesare Borgia đã thi hành trong giai đoạn lịch sử vừa qua. Một điều mà ông bắt đầu phải lo sợ từ khi Đức Giáo hoàng Alexandre qua đời: có thể vị nối ngôi sẽ không phải là một bạn che chở cho ông nữa. Người này sẽ cố tình hủy diệt những gì mà Đức Giáo hoàng Alexandre đã ban cho ông. Ông đã tiên liệu đề phòng bằng bốn cách sau đây:

Một là ông tru di hết gia tộc huyết thống của các Tiểu chúa mà ông đã bóc lột, tước đất của họ, để cho tân Giáo hoàng không còn có thể tái lập địa vị của họ được nữa. Hai là mua chuộc, thu phục về mình tất cả quần thần La Mã để họ bao vây kìm hãm Giáo hoàng. Ba là lôi kéo, áp bức, càng nhiều càng tốt, các vị Hồng Y giáo chủ về ông. Điểm thứ tư là ông tự gây cho mình uy thế hùng mạnh trước khi Đức Giáo hoàng qua đời để rồi độc lực ông có thể chống lại với bất cứ ai.

Trong bốn điểm, khi Đức Giáo hoàng Alexandre mất, ông mới hoàn tất được ba. Điểm thứ tư còn đang tiến hành dở dang. Thứ nhất, về những Tiểu chúa mà ông đã tước đoạt tài sản, bắt được ai là ông giết chết ngay, và chỉ có một số rất ít trốn thoát được. Về bọn quần thần quyền quý ở La Mã thì tất cả đã thần phục; các vị Hồng Y cũng vậy, đa số đã theo phe ông. Còn về những dự tính chinh phục tương lai, ông đã có mưu kế để trở nên chúa tể xứ Toscane, và đã thôn tính xong xuôi hai xứ Pérouse và Piombino, đặt nền bảo hộ trên xứ Pise. Đối với người Pháp, ông không còn đếm xỉa, nể nang gì nữa. Lý do là người Pháp đã bị người Y Pha Nho đuổi ra khỏi xứ Naples rồi. Thế nên bây giờ cả hai nước này đều phải vuốt ve, kết thân với ông, và ông đã ngang nhiên kéo quân sang xứ Pise. Sau đó, xứ Lucques và Sienne ngoan ngoãn xin liên kết ngay với ông và không kiêng nể gì người Florentins nữa, dù hai xứ ấy trước kia vẫn nể sợ xứ này. Đến như dân Florentins đồng minh là thế cũng còn xuýt bị ông chinh phục. Nếu ông chiến thắng nốt dân tộc này (giá ông khởi cuộc đúng vào năm Đức Giáo hoàng Alexandre từ trần, thì đã xong rồi), thì ông đã tụ tập dưới trướng được một quân lực hùng hậu và đã gây được uy danh tuyệt vời, đến mức có thể độc lực giữ vững ngôi bá chủ khỏi cần nhờ tới tài sản và sức mạnh của kẻ khác nữa.

Kể từ ngày ông bắt đầu mở cuộc chinh chiến, vừa đúng năm năm thì Đức Thánh Cha, Giáo hoàng Alexandre, băng hà, chỉ để lại cho ông được độc một xứ Romagne là yên ổn vững chắc. Ngoài ra, các xứ khác đều còn ở trong tình trạng bất ổn, lại còn bị kẹt vào giữa hai đạo quân thù nghịch rất mạnh. Và chính ông cũng ốm đau, bệnh tình luôn luôn trầm trọng. Nhưng may sao ông có một năng lực, một sức mạnh phi thường lại có biệt tài dụng nhân, biết trọng dụng người này, ruồng bỏ người khác. Hơn nữa những nền móng mà ông xây dựng trong thời gian ngắn đều đã kiên cố vô cùng. Nếu hai đạo quân thù nghịch chậm tấn công và nếu sức khỏe ông sớm vãn hồi, dù trăm nghìn sự khó khăn ông sẽ giải quyết được hết.

Trên thực tế, ta thấy nền móng uy quyền quả thật vững chắc. Cho nên ông cố nán lại Romagne được hơn một tháng. Sau đó tại kinh thành La Mã, tuy đã lâm trọng bệnh, nửa sống nửa chết, bản thân ông vẫn được hoàn toàn an ninh. Bọn đối lập Baglioni, Vitteli và Orisni đều tập trung ở thành La Mã mà không kẻ nào đụng chạm tới ông.

Trong cuộc bầu người kế vị cho Đức Giáo hoàng Alexandre, tuy không làm cho ứng cử viên bù nhìn của ông được trúng cử, ông cũng đã cản không cho người ông ghét trúng cử được. Nếu ông không lâm bệnh khi Đức Giáo hoàng băng hà, thì mọi sự sẽ dễ dàng biết bao. Ngày Đức tân Giáo hoàng Jules II đắc cử, kế vị Giáo hoàng Alexandre vừa băng hà, chính ông đã nói với tôi rằng ông đã chuẩn bị sẵn sàng kế hoạch giải quyết tất cả vấn đề khó khăn có thể xảy ra sau ngày cha ông mất. Ông có ngờ đâu là ngày Đức Giáo hoàng tịch cũng chính là ngày bệnh tình của ông bắt đầu nặng thêm để sắp đưa ông đến cõi chết.

Mang tất cả những sự nghiệp của Công tước tập họp lại rồi cứu xét kỹ càng, tôi không thấy điểm nào để chê trách. Hơn nữa ta còn nên đem làm gương cho những kẻ đã bước tới địa vị lãnh đạo những đất đai lớn hoặc các Vương quốc nhờ tài sản hay binh lực của người khác. Công tước là người có chí lớn và tâm hồn cao cả. Trong các sự việc nêu trên, ông không thể làm thế nào khác hơn được. Sự nghiệp của ông sở dĩ bị bỏ dở dang, vì cái chết của Thánh Cha Alexandre và bệnh trạng của chính ông.

Tóm lại kẻ nào khi nắm được chính quyền trên một lãnh thổ mới, xét thấy cần phải hành động thì làm như sau :

- Nắm vững kẻ thù trong tay.

- Kết thêm thân hữu.

- Dùng mưu kế hay sức mạnh để thắng các trở ngại.

- Xử trí cho dân vừa yêu mến, vừa sợ uy quyền.

- Làm cho binh sĩ phải kính trọng và tuân lệnh mình.

- Canh cải các tục lệ cổ hủ.

- Hủy diệt những kẻ có thể và chắc sẽ làm hại mình.

- Vừa nghiêm khắc vừa đại lượng, vừa cao thượng vừa khoáng đãng.

- Giải tán đoàn dân vệ cũ tỏ vẻ bất trung, lập đoàn mới thay thế.

- Duy trì chặt chẽ tình thân thiện với các Đại vương, Tiểu chúa, làm sao cho họ luôn luôn phục vụ mình và không bao giờ dám nghĩ tới làm hại mình.

Kẻ đó không thể tìm đâu những gương mẫu tân kỳ hơn là những hoạt động của vị Công tước Valentinois này tức Cesare Borgia vậy.

Người ta chỉ chê ông ở chỗ đã để cho Giáo hoàng Jules II trúng cử. Sự lựa chọn này thật là dở. Vì như tôi đã nói, nếu ông không thể làm cho một nhân vật bù nhìn của ông trúng cử thì ít ra ông cũng phải gạt ra ngoài những kẻ mà ông không muốn thấy ở ngôi Giáo hoàng, nhất là những vị Hồng Y mà ông đã dám nhục mạ, và những kẻ khi trúng cử lên ngôi sẽ có thể sợ uy quyền ông lên quá cao. Bởi vì theo tâm lý thông thường, con người ám hại lẫn nhau là do lòng oán hận hoặc sợ hãi. Trong số những người bị ông hạ nhục, có những vị như là Hồng Y Saint Pierre es Liens, Colonna, Saint Georges và Ascagne. Số những vị còn lại, nếu đắc cử chắc chắn sẽ đều sợ sự bành trướng uy quyền của ông, ngoại trừ Đức Hồng Y Amboise và các Hồng Y người Y Pha Nho. Đức Hồng Y Amboise không e sợ uy quyền của Công tước, vì sau lưng Ngài còn có thế lực của Đại vương Pháp quốc. Các Hồng Y Y Pha Nho cũng không tìm cách hạ ông vì họ là đồng minh của ông.

Giữa tình hình lúc này, lý ra nếu ông không bầu được một vị Hồng Y Y Pha Nho lên ngôi Giáo hoàng thì ông phải nài ép khéo léo cho Hồng Y Amboise trúng cử mới phải. Ông lại đi mặc cả quyền lợi để đưa Hồng Y Saint Pierre es Liens lên ngôi tức là Giáo hoàng Jules II. Kẻ nào tưởng nghĩ rằng trong mối liên quan giữa các đại nhân, những ân huệ mới thi ban có thể làm quên được cái nhục xưa kia, thì thật là quá nhầm.

Vậy ta thấy rõ Công tước đã phạm một lỗi lầm trong việc bầu cử Giáo hoàng này.

Và do đó chính tự ông đã gây nên sự sụp đổ tối hậu cho tất cả công nghiệp của ông vậy.

Chương 8

Những kẻ nhờ hành vi hèn ác làm được Chúa công

Ngoài ra người ta còn có hai cách để bước từ cấp hạ lưu lên địa vị Chúa công không cần nhờ tới tài năng và tiền của. Việc này ta không thể bỏ qua không bàn tới được. Một trong hai cách sẽ được bàn luận kỹ càng khi nói đến các chế độ Cộng hòa. Những cách ấy gồm: Một là người ta xử dụng những phương tiện hiểm ác và tội lỗi để chiếm ngôi chúa tể. Hai là kẻ thường dân trở thành Chúa tể, nhờ ở lòng ái mộ của các công dân khác. Để bắt đầu trình bày cách thứ nhất, chúng tôi xin đưa ra hai tỷ dụ: Một ở thời cổ và một ở thời đương kim, không cần đi sâu vào chân giá trị và quyền hạn của nhân vật trong chuyện, vì tôi xét nếu ai cần, thì chỉ việc theo gương trong câu chuyện là đủ.

Tiểu vương Agathocle tỉnh Sicile trở thành Quốc vương xứ Syracuse, trước kia không được hạng công dân bực trung mà chỉ là hạng thấp hèn nhất trong xã hội. Còn một anh thợ đồ gốm, từ bé đến lớn ông sống cuộc đời đầy tội lỗi của kẻ hèn ác. Nhưng sự hèn ác này lại đi đôi với một nghị lực và một sức mạnh kinh khủng cho nên trong quân đội, từng bậc một, ông đã thăng quan tiến chức một cách mau chóng. Chẳng bao lâu đã là Quản quân của thành Syracuse. Tới được địa vị này, trong trí óc ông đã nảy ra tham vọng làm Vua. Từ lúc đó, ông lập tâm nắm giữ lấy quyền lộc mà mọi người đã ban cho ông. Ông bèn bí mật liên kết với quân của tướng Amilcar xứ Carthage đang chiến đấu trên đất Sicile. Thế rồi, một buổi sáng kia, ông hội họp dân chúng đông đảo đồng thời chiêu tập đầy đủ Hội viên Thượng Hội Đồng, và các nhân sĩ giàu sang có thế lực trong thành, nói là để bàn luận việc nước. Khi mọi người có mặt đông đủ ông ra lệnh hạ sát hết sạch. Sau đó ông dùng sức mạnh để nghiễm nhiên nắm quyền thống trị toàn xứ không cần đến bầu cử, đề cử của nhân dân.

Ngoài chiến trường ông bị thua hai trận. Quân của dân Carthaginois bao vây thành trì của ông, nhưng ông vẫn đủ sức bảo vệ. Ông lập kế để lại bên trong một phần quân cầm cự, còn một phần ông kéo sang Phi Châu đánh vào đất đai sào huyệt của dân Carthaginois. Bọn này phải bỏ cuộc vây thành, rút quân về nước để rồi thỏa hiệp với ông chia đất đai. Dân Carthaginois chiếm giữ Phi Châu, còn ông thì toàn quyền cai trị đảo Sicile.

Ai xét kỹ công nghiệp của ông sẽ thấy ông tuyệt nhiên không nhờ chút nào, hoặc nhờ rất ít, vào sự may mắn. Ông lên tới địa vị Chúa công không phải nhờ ơn huệ của ai cả, mà chỉ nhờ bao nhiêu gian lao nguy hiểm phải trải qua, để dần dần thăng cấp bậc trong đạo quân dân vệ. Ông lại phải có bao nhiêu hành động nguy hiểm can trường để giữ vững ngôi Chúa.

Phần khác ta không thể bảo ở ông có "Ferocita"[1] được khi ông đang tay giết hại đồng bào, phản bội bè bạn, không có lòng thương xót ai, không tín ngưỡng đạo giáo nào. Với những phương tiện này người ta chỉ có thể chinh phục đất đai được thôi, chứ tiếng tăm danh dự không làm sao có được. Nếu xét tới lòng quả cảm của ông khi xuất nhập nơi nguy hiểm, sự can đảm phi thường trong giờ phút chống đỡ rồi thắng thế những đối phương thù nghịch, ta thấy là ông không nhường bước một vị danh tướng nào khác. Nhưng khốn nỗi những thú tính tàn ác, vô nhân đạo và tội lỗi đầy dẫy của ông không cho ta xếp ông vào hạng vĩ nhân toàn hảo được. Vậy ta cũng không thể nói ông nổi danh là nhờ may mắn hay vì có ferocita được.

Bây giờ tôi đề cập tỷ dụ thứ hai ở thời đại đương kim. Trong thời gian Giáo hoàng Alexandre VI tại ngôi thì Oliverotto de Fermo là một đứa trẻ mồ côi được người chú tên là Jean Fogliani nuôi dậy. Còn rất ít tuổi, Oliverotto đã được giao cho ông Paolo Vitelli dạy binh nghiệp để đến khi thành tài sẽ bổ vào một cấp bậc khả quan trong đạo quân Quốc vệ. Sau khi Paolo từ trần Oliverotto được chuyển sang dưới

---

[1] ferocita: nghĩa tự điển: sức sống mãnh liệt của hoang thú. Theo Machiavelli: ferocita là một đức tính mà các lãnh tụ cần có.

quyền chỉ huy của người anh em của Paolo, tức là Vitellozzo. Cẳng bao lâu hắn trở nên đệ nhất chiến hữu của vị chỉ huy, nhờ trí óc thông minh lanh lợi, tinh thần quả cảm, thân thể cường tráng. Nhưng lòng hắn lại ấm ức, coi địa vị của mình là ti tiện, khi còn phải lệ thuộc vào một người khác. Cho nên hắn dự tính làm chuyện lớn bằng kế lợi dụng tình trạng tinh thần suy nhược của dân xứ Fermo - họ ưa thích một nền thống trị hơn là tự do - với sự ủng hộ của chú soái Vitellozzo hắn tìm cách mang quân chiếm giữ toàn xứ Fermo. Thế rồi một ngày kia hắn viết thư cho chú là Fogliani tỏ ý muốn bái yết và nhân thể thăm tỉnh thành, vì đã đi chinh chiến vắng lâu, nay muốn nhìn lại quê hương. Lấy cớ là đã chịu khổ bao năm chỉ mong được danh giá như ngày nay, và muốn để cho đồng bào trong tỉnh biết là từ xưa tới nay hắn đã không lãng phí thời thiếu niên, nên hắn tỏ ý muốn trở về như một nhân vật quan trọng được dân chúng đón tiếp cực kỳ huy hoàng. Hắn sẽ vào thành với một đội kỵ mã cận vệ một trăm binh sĩ và một đoàn bạn hữu và nhân viên tháp tùng. Hắn lại khéo nói là như vậy danh dự không riêng gì cho hắn mà cho cả người chú đã nuôi dưỡng hắn lúc thiếu thời. Được thư, ông chú sướng qua, ra công tổ chức một cuộc nghênh tiếp cháu thật chu đáo huy hoàng. Sau khi đón tiếp long trọng, ông chú nuôi nhường luôn cho cháu ở ngay trong dinh. Sau mấy ngày toan tính thực hiện những hành vi tội lỗi dự trù, hắn tổ chức mọi yến tiệc vô cùng long trọng mời ông chú và các nhân vật quan trọng tới dự. Khi tiệc xong, các món du hí cũng chấm dứt, Oliverotto vờ vĩnh đưa ra bàn luận một

vài vấn đề, quan hệ trong xứ, như khen ngợi uy danh
và sự nghiệp của Đức Giáo hoàng Alxandre và Cesar,
con Ngài. Ông chú cùng tham gia thảo luận. Hắn liền
đứng phắt dậy tuyên bố "Ở đây ta bàn việc lớn, vậy
yêu cầu tất cả quý vị cùng vào phòng kín để tiện bề
trao đổi ý kiến". Ông chú và các bạn hữu đều theo
vào phòng. Ai nấy vừa an tọa thì lũ lính cận vệ từ nơi
kín nhảy xổ ra thẳng tay chém giết cả ông chú lẫn
đồng bọn không còn sót lấy một người. Sau cuộc tàn
sát này Oliverotto nhảy lên yên ngựa chạy vòng khắp
đô thành rồi hô lính đến vây chặt lấy dinh Giám Quốc
Tối Cao. Toàn thể nhân dân kinh hãi tuân theo mệnh
lệnh răm rắp. Hắn liền lập nên một chính phủ dưới
quyền lãnh đạo của hắn. Và sau khi đã tiêu diệt hết
những kẻ bất mãn về vụ này, xét ra có thể hại hắn,
hắn củng cố địa vị bá chủ hết sức chu đáo do kế
hoạch mới, soạn thảo lại và ban bố các luật lệ mới về
phương diện quân chính cũng như dân chính. Cho
nên chỉ trong khoảng một năm hắn ngồi vững trên
ngôi Chúa công xứ Fermo. Các lân bang phải kiêng
nể. Về sau này Cesar Borgia đã phải mất khá nhiều
công lao và mưu lược mới diệt được Oliverotto. Vị
Chúa công Fermo và vị sư phụ Vittellozzo đã truyền
cho hắn "ferocita" và sự nham hiểm hèn ác. Hắn bị
người của Cesar Borgia phục kích giết chết tại
Sinjgaglia, nơi mà bọn Orini và Vitelli đã bị Cesar
giết. Màn hài kịch này xảy ra, một năm sau ngày
Oliveretto giết chú.

Đến nay chúng ta có thể đặt câu hỏi vì sao
Agathocle cùng những tên tương tự, sau bao nhiêu
hành vi phản bội và tàn bạo, vẫn sống yên được lâu

năm trên đất nước nhiều khi lại còn đánh bại được cả kẻ thù ngoại bang mà không bị đồng bào của họ nổi dậy chống đối? Trong khi đó thì nhiều kẻ không giữ nổi địa vị ngay trong thời bình chứ chưa nói là thời loạn lạc rối ren. Tôi tưởng có thể là vì họ biết xử dụng những thủ đoạn tàn bạo đúng lúc, đúng cách.

Nếu bảo có cái dở và có cái hay, thì người ta có thể bảo một thủ đoạn tàn bạo là hay khi nào nó được xử dụng chỉ một lần thôi, vào đúng lúc tối cần cho sự an ninh của nhà cầm quyền. Nhưng nó cũng phải có phần lợi càng nhiều càng hay cho dân gian. Thủ đoạn tàn bạo là dở khi bắt đầu thi hành thì nhẹ tay quá rồi dần dần trở nên ác liệt. Theo đúng phương pháp thì lúc đầu phải ác liệt ngay rồi dần dần nhẹ bớt đi.

Kẻ nào dùng thủ đoạn hay, về sau có thể được cứu nguy do đức khoan hồng của Thượng đế và loài người, như trường hợp của Agathocle trên đây. Còn kẻ khác xử dụng thủ đoạn tàn bạo dở thì thật không sao cứu vãn được.

Do những điều kể trên, ta phải nhắc cho kẻ nào khi mới nắm quyền chính một xứ, nếu xét cần phải, dùng cả và dùng ngay một lượt để về sau ngày ngày khỏi phải nghĩ tới nữa. Có vậy thì mới trấn tĩnh được nhân tâm, thu phục được nhân dân về phía mình bằng công tác ân đức tốt lành do mình ban phát dần dần sau này.

Kẻ nào nắm chính quyền mà theo một đường lối khác do sự tính toán sai lạc, hoặc vì luôn luôn ưu tư sợ hãi thì bắt buộc phải thủ sẵn trong tay một con dao găm. Trong lòng chẳng dám tin ai, ngay cả bọn cận thần, thân tín, trái lại bọn này cũng hết tin tưởng vào Chúa vì luôn họ phải nhận chịu những lời trách mắng gây gắt.

Vậy ta phải: nếu cần làm điều ác, thì làm ngay cả một đợt, vì thời gian càng ngắn bao nhiêu thì nhân dân sẽ nếm mùi cay đắng ít đi bấy nhiêu. Nếu là những điều thiện thì ta cứ từ từ mà ban bố để cho nhân dân thưởng thức lai rai, thấm thía kỹ càng hơn.

Thêm nữa một Chúa công lúc nào cũng nên cùng với dân gian, cùng lo cùng tính tất cả các việc trong nước phòng khi nhỡ ra những biến cố dù hay, dù dở, họ sẽ không nghĩ tới việc cần thiết phải thay vị đổi ngôi đối với Chúa.

Bởi vì một khi thời thế biến đổi, gặp lúc không thể thi hành thủ đoạn khắc nghiệt được nữa thì dù có thi thố điều thiện cũng chẳng có lợi gì, dân gian đã biết rõ là Chúa đang lâm vào thế phải làm như vậy, nên họ cũng sẽ chẳng mang ơn chút nào.

Chương 9

Những Vương quốc dưới chế độ Dân chính

Bây giờ ta bước sang địa hạt khác: Khi một công dân thường, không do thủ đoạn hiểm ác hay bạo động ghê tởm mà tự nhiên lòng tin yêu của đồng bào đưa lên địa vị chúa tể trong nước, nắm giữ quyền cai trị. Chế độ đó người ta gọi là chế độ dân quyền. Lên được địa vị này không phải vì có ferocita hay vì gặp may mắn, mà chỉ là nhờ tài khôn khéo thi thố đúng thời. Tôi nói như trên rằng một người có thể bước lên ngôi Chúa như vậy hoặc là nhờ ở lòng tin yêu của lớp bình dân hoặc do lòng tin của giai cấp trưởng giả. Bởi vì xã hội nào cũng có hai giai cấp có những tâm trạng khác nhau. Từ đó phát sinh ra tình trạng là giới bình dân thì không chịu để cho bọn trưởng gia cầm đầu, hà hiếp mình, còn bọn trưởng giả thì luôn luôn thèm muốn lãnh đạo và đè nén toàn thể nhân dân. Từ hai tham vọng mâu thuẫn đó xuất phát ra một trong ba hậu quả sau đây, hoặc là chế độ

Vương quốc hoặc chế độ Tự do, hoặc tình trạng hỗn độn.

Một Vương quốc có thể xây dựng nên tùy theo thời cơ hoặc do dân chúng hoặc do bọn trưởng giả. Bọn trưởng giả một khi tự biết sức lực mình không chống lại với sức mạnh của toàn khối nhân dân, họ lên địa vị chúa tể, để về sau nấp dưới bóng kẻ này mong thỏa mãn lòng tham. Về phía bình dân cũng vậy, một khi họ biết không có diệu kế nào hơn để đương đầu với bọn trưởng giả, tự tìm chọn và đề cao một nhân vật trong bọn họ rồi bầu lên ngôi chúa tể để bảo vệ che chở cho họ.

Kẻ nào được bọn trưởng giả đưa lên ngôi chúa tể sẽ gặp nhiều khó khăn để giữ vững địa vị hơn kẻ do khối bình dân bầu lên, bởi vì xung quanh mình, toàn là bạn cũ đồng liêu ngang hàng với mình nên chỉ huy không nổi và cũng không thể bắt họ vào khuôn phép được. Trái lại, kẻ nào được dân chúng bầu lên, độc tôn ngồi trên ngai trị vì, ở dưới mình toàn thể nhân dân ai ai cũng phải tuân theo mệnh lệnh răm rắp. Vả chăng, một vị Chúa không thể cứ lương thiện mà làm thỏa mãn lòng tham của bọn trưởng giả được. Và muốn làm vừa lòng họ, tất phải làm thiệt hại đến kẻ khác, kẻ ấy chắc chắn là thằng dân. Nguyện vọng của dân chúng bao giờ cũng lương thiện hợp lý hơn là của trưởng giả, nên bọn này luôn luôn tìm kế giày xéo hà hiếp bọn dân hèn. Nhưng dân hèn lại chẳng bao giờ chịu để người ta hà hiếp.

Thêm nữa, ở trong nước, Chúa chỉ có một, nhân dân thì đông. Nếu toàn thể nhân dân thù nghịch thì địa vị Chúa vững sao được? Đám người trưởng giả không đáng sợ vì chúng ít người còn có thể mua chuộc được. Nếu Chúa ở ngôi trị vì trên một khối nhân dân thù nghịch lúc nào Chúa cũng có thể chờ đón một hiểm họa tối nguy là toàn dân bỏ rơi Chúa. Nhưng đến khi bọn cận thần làm phản thì lại nguy hiểm cho Chúa hơn nhiều. Không những họ bỏ rơi Chúa, vì họ là bọn láu cá trông xa hơn dân đen, nên họ vội kiếm ngay nơi chắc chắn để ẩn mình và bợ đỡ nịnh hót ngay kẻ nào xem ra mạnh hơn, có thể thắng Chúa.

Một điều nữa là Chúa lúc nào cũng phải sống cùng với khối nhân dân bất di bất dịch. Còn đối với bọn quyền thần thuộc hạ, Chúa trong lúc trị vì dân cần phải giữ mãi một bọn. Hàng ngày Ngài có thể thay đổi họ, truất quyền kẻ này, ban quyền cho kẻ kia theo ý muốn.

Sau cùng, nếu ta muốn hiểu rõ điểm này, tôi xin nói rằng bọn triều thần thuộc hạ có thể xếp đại cương làm hai loại chính:

Một loại thì từ cách thi hành công vụ đến toàn thể các hành vi thường nhật họ tận tâm trung thành gắn mình liền với vận mệnh của Chúa, và phục vụ nghiêm chỉnh không tham nhũng bóc lột nhân dân.

Một loại thì chỉ biết phục vụ một cách thờ ơ, lững lờ.

Đối với loại trên Chúa phải ưu ái họ và ban cho họ nhiều danh, nhiều lợi. Còn đối với loại thứ hai Chúa phải suy xét kỹ rồi đối xử với họ theo cách sau đây:

- Hoặc họ là bọn bầy tôi không có tâm hồn, với bản tính ươn hèn thì Chúa vẫn có thể dùng họ được, nhất là kẻ nào có chút tài năng khả dụng. Bởi vì lúc thịnh họ cũng là đoàn người góp công xây dựng uy danh cho Chúa, nhỡ gặp lúc suy họ cũng là người vô hại.

- Hoặc họ là bọn có thái độ không quyết tâm liên kết do óc tính toán và lòng dục vọng, tức là bọn ích kỷ, nghĩ tới mình hơn là nghĩ tới Chúa. Đối với bọn này, Chúa phải phải đề phòng cẩn thận và nên e dè, coi chúng như là những kẻ thù đã ra mặt. Bởi vì lúc vận suy chính họ sẽ là những người hãm hại Chúa.

Thế cho nên kẻ nào nhờ nhân dân mà lên được địa vị Chúa, thì phải luôn luôn giữ tình ưu ái với dân. Việc đó thật dễ thi hành, bởi vì dân không đòi hỏi gì hơn là đừng có áp chế họ? Trái lại, kẻ nào dựa vào lực lượng của bọn quyền thần chống lại nhân dân để lên ngôi Chúa, thì sau này bắt buộc trong hành động nào cũng phải tranh thủ nhân tâm để dân về phía mình. Điều này cũng dễ thành công, chỉ cần lúc nào Chúa cũng có ý muốn bảo vệ, che chở cho nhân dân. Bản tính con người là khi thụ hưởng được ân huệ ban bố do những kẻ mình cứ yên trí chỉ sẵn sàng xử ác với mình, thì sự cảm kích và ghi ơn lại sâu xa hơn nhiều. Vị Chúa nào biết xử trí như vậy sẽ được nhân dân yêu quý thêm, nhất là nếu vị Chúa đó không phải do dân bầu lên. Chúa có thể tranh thủ lòng dân bằng nhiều cách, uyển chuyển tùy theo sự việc lần lượt xảy ra, nên ta không thể đặt trước được một quy luật nhất định. Vậy Chúa phải tùy cơ ứng biến. Tôi chỉ xin kết luận một câu là Chúa phải biết xử sự để lấy lòng ưu ái của dân, nếu không khi có sự bất trắc xảy ra vô phương cứu chữa. Một tỉ dụ lịch sử: Vua Nabis xứ Sparte phải chống cự cuộc tấn công của cả nước Hy Lạp và một đạo quân La Mã rất kiêu căng sau nhiều chiến thắng. Thế mà mình Ngài đủ sức bảo vệ được cả chính Quốc lẫn các thuộc Quốc. Để chống lại nguy cơ ấy Ngài chỉ cần nắm vững trong tay một số thần dân, binh sĩ ít ỏi. Với số này sẽ không sao đủ lực được, nếu bình nhật Ngài bị dân ghét. Muốn chỉ trích ý kiến này của tôi, xin đừng vội nhắc tới câu tục ngữ này: "Người đặt lòng tin nơi nhân dân cũng như người xây nhà lên đất bùn". Bởi vì câu này có phần nào đúng với trường hợp một người thường dân đặt lòng tin lên nền tảng ấy để tưởng mong rằng nhân dân quanh mình sẽ cứu vớt mình khi bị kẻ thù hay giới công quyền ức hiếp. Tưởng như vậy thường sẽ bị thất vọng. Đó là trường hợp đã xảy ra cho gia đình Gracques ở La Mã và cho Messire Geoges Scali ở Florence. Nếu một Chúa công trị vì biết theo phương pháp dựa vào thế nhân dân, tức là một vị Chúa có tài chỉ huy, có tâm hồn cao cả, không run sợ trước những biến cố nguy nan bất trắc, biết lo xa, chuẩn bị, ban bố hiệu lệnh nghiêm khắc, tỏ trí quả cảm để làm gương cho kẻ quanh mình vững dạ can trường thì Chúa sẽ thấy toàn thể thần dân luôn sát cánh bên mình. Như thế nền tảng uy quyền của Chúa đã được xây đắp vững bền.

Những Quốc gia dân chính này sẽ bị xáo trộn ngay khi mà chính thể đương ở chế độ dân quyền chuyển sang một chế độ độc tài. Bởi vì Chúa hoặc trực tiếp trị dân hoặc tự tách cao lên để giao phó quyền hành cho bọn cận thần. Với chế độ thứ hai này, địa vị của Chúa sẽ yếu đi và bấp bênh, nguy hiểm, vì bắt đầu từ lúc đó Chúa phải hoàn toàn trông cậy vào ý chí của bọn cận thần đã được ngồi vào vị trí quyền uy vững vàng. Bọn này có thể hại Chúa dễ dàng nhất là khi họ bị thất vọng hay bất mãn điều gì, với kế hoạch là liên kết nhau để chống đối lại Chúa. Khi cơn nguy biến đã đến, không phải lúc để Chúa nghĩ tới việc lấy lại quyền hành được nữa. Bởi vì từ nhân dân cho đến kẻ thừa hành đã làm quen thói thần phục trực tiếp vào bọn quyền thần cao sang. Khi gặp khó khăn, họ không còn tâm trí nghĩ ngợi đến bổn phận tuân theo mệnh lệnh trực tiếp của Chúa nữa. Hơn nữa, khi gặp thời thế bấp bênh, Chúa sẽ không thấy quanh mình còn ai là người để tin cậy được nữa.

Như vậy là vì Chúa chỉ biết đặt lòng tin vào những kẻ hiện ra trước mắt trong thời thanh bình, giữa lúc mà thần dân ai cũng đều cần nương tựa vào uy quyền Quốc gia, cũng xum xoe chạy quanh gần Chúa khi họ thấy tử thần còn ở xa lắc xa lơ. Nhưng đến khi thời thế đổi thay, chính quyền nhà Chúa cần tới thần dân giúp đỡ thì than ôi, họ lẩn đâu mất cả. Sự việc kể trên quả là một kinh nghiệm vô cùng nguy hiểm, chỉ một lần xảy ra là tiêu ma sự nghiệp nhà Chúa.

Thế cho nên vị Chúa nào có đủ tài sức, lại phải thi hành phương sách nắm giữ thần dân luôn luôn ở mức họ phải cần tới Chúa và uy quyền của Ngài phải được duy trì trong lúc thịnh cũng như lúc suy. Được như thế, nhân dân mới mãi mãi bền bỉ trung thành với Chúa.

Chương 10

Sức mạnh cần cho Vương quốc

Muốn khảo sát và phê bình giá trị các Vương quốc, ta cần phải đề cập tới điểm nữa: Chúa công cai trị một lãnh thổ rộng lớn có đủ lực lượng tự vệ không? Hay phải cần sự bảo trợ của người khác? Nghĩa là tôi muốn nói :

- Một là, các vị Chúa có đủ lực lượng để tự lập, có đủ người, có đủ tiền để tạo dựng và huấn luyện một đạo quân hùng mạnh đủ sức ứng chiến với bất cứ quân địch từ đâu đến tấn công.

- Hai là, những vị Chúa công chỉ có một quân lực yếu hèn, luôn luôn phải dựa vào sức mạnh của kẻ khác, chứ riêng mình không bao giờ dám mang quân xuất trận chống lại cuộc tấn công của kẻ thù, như thế chỉ có cách rút quân vào trong bốn bức tường thành, bố trí canh phòng hào lũy để cố thủ.

Về trường hợp thứ nhất, tôi trình bày qua trên đây, đến dịp khác tương tự, tôi sẽ bàn trở lại.

Đối với trường hợp thứ hai, tôi chỉ khuyên những vị Chúa đương sự thường nhật phải tích trữ lương thực xây đắp các thành lũy vững chắc, còn phía bên ngoài lãnh thổ khỏi cần lưu tâm nhiều về quân sự. Nhưng về cách đối xử với nhân dân, Chúa phải nghe theo những lời khuyến cáo ở chương trên, và dưới đây tôi sẽ nói thêm. Được như vậy kẻ nào muốn gây hấn với Chúa còn phải nghĩ ngợi nhiều, vì kẻ ấy không bỗng dưng dám hành động khi thấy trước mặt đầy những khó khăn. Vả chăng, người ngoài không thể tìm được dịp để gây sự với vị Chúa công ngoài thì được lòng dân chúng, trong thì đầy đủ thành trì kiên cố.

Lấy tỷ dụ các đô thị lớn bên Đức quốc, hưởng một nền tự trị tự do, với một vùng ngoại ô nhỏ hẹp. Họ chỉ tuân theo mệnh lệnh của Hoàng đế Đức quốc tùy theo ý muốn của họ, và họ cũng không e sợ những lân bang hùng mạnh. Các Đô thị ấy đều đã có thành lũy kiên cố; vòng quanh có hào sâu lũy cao, có đội trọng pháo hùng hậu, kho tàng lương thực, nhiên liệu đầy đủ cho nhu cầu trong một năm. Mọi người đều cảm thấy muốn chiếm được chúng quả thực gay go lâu dài. Ngoài ra, chính quyền Đô thị luôn luôn có kế hoạch nuôi dưỡng khối dân nghèo cư trú ngoại thành mà không gây tổn hại cho công quỹ, bằng cách thi hành các đại công tác xây dựng nền tiểu kỹ nghệ cho dân chúng có công ăn việc làm sinh sống hàng năm. Họ còn đề cao danh dự võ nghiệp, song song với việc thi hành những phương sách hoàn hảo để luôn dung dưỡng tinh thần chiến đấu của nhân dân.

Vậy vị Chúa công nào có một thành trì kiên cố, được nhân dân không ghét bỏ, oán hận, sẽ không còn ai tấn công mình. Dù sao cũng có khi gặp kẻ lập mưu đánh chiếm. Nhưng kẻ ấy chắc chắn sẽ phải tự rút lui với sự thảm bại nhục nhã cho họ. Lý do là ở đời mọi việc đều luôn luôn biến chuyển, không có gì vững chắc được lâu dài. Thế nào cũng có kẻ manh tâm kéo quân đến bao vây một Đô thị. Những kẻ ấy khó mà giữ vững tinh thần quân sĩ suốt cả năm, trong tình trạng án binh bất động quanh thành bị hãm. Nói như vậy có người sẽ phản đối bằng lý lẽ sau đây:

Khi thành bị vây, dân chúng trong thành thấy hoa mầu, tài sản ở ngoài bị quân địch cướp bóc hết sạch; với cảnh giam hãm quá lâu, tài sản bị tiêu tan, dân chúng sẽ quên Chúa, không còn đủ tinh thần chịu đựng được nữa thì sao? Tôi xin trả lời rằng ở trường hợp đó, một vị Chúa có uy lực, thừa dũng cảm sẽ giải quyết tất những khó khăn dễ như trở bàn tay. Hàng ngày Chúa phải giảng giải cho thần dân nuôi hy vọng, thấy sự nguy nan sắp chấm dứt, tuyên truyền vào trí óc họ là nếu quy hàng, tất cả sẽ bị kẻ địch tàn sát. Đồng thời, phải khôn khéo kết hợp quanh mình một nhóm người thành tâm, dũng cảm cương quyết đồng tử đồng sinh với Chúa.

Thêm nữa, quân địch tới giáp thành giữa lúc quân dân của Chúa còn đầy nhiệt huyết, hăng say tấp nập giữ thành. Bên ngoài địch quân ra tay đốt phá trên toàn xứ. Như vậy Chúa công có lo sợ gì hơn không? Nhất định là không. Bởi vì ít lâu sau cuộc tàn phá của địch, tuy sự can đảm của nhân dân có phần sút kém, nhưng những thiệt hại vật chất đã trông thấy hiển nhiên, những nỗi đau đã thấm vào đáy lòng dân, lúc đó nhân dân sẽ thấy không còn phương sách nào hay hơn để cứu vãn được cảnh đau thương này bằng cách quy tập quanh Chúa và hết lòng ủng hộ Ngài. Chúa thì phải chân thành tỏ ý thương dân, bởi dân đã vì Chúa, chịu cảnh tan nát cửa nhà, đồng áng hoa mầu bị phá hủy. Bẩm tính con người bao giờ cũng nhớ dai những ân huệ ban cho người khác, và những ân huệ người ta đã ban cho mình.

Tóm lại, ta có thể kết luận: một Chúa công biết lo xa, có thể giữ vững tinh thần quả cảm của quân dân dưới trướng từ đầu đến cuối, suốt thời gian bị vây, nếu kho tàng dự trữ có đầy đủ lương thực và khí giới.

Chương 11

Những Vương quốc
trực thuộc Giáo hội Công giáo

Trong giai đoạn lịch sử hiện đại, ta chỉ còn cần đề cập đến các lãnh thổ trực thuộc Giáo hội. Đối với các lãnh thổ này những sự khó khăn đều ở thời kỳ trước khi nắm quyền cai trị. Công việc chinh phục những lãnh thổ này cũng phải nhờ, hoặc những kế hoạch ác liệt, hoặc do vận may đưa đến. Nhưng khi đã hoàn tất công cuộc chinh phục, nhờ uy tín lớn lao của Tòa Thánh, việc cai trị trở nên bền vững, không cần đến điều nói trên nữa. Uy tín này và những cơ cấu cai trị lâu đời, bền vững, khiến cho các tân Chúa tại vị được lâu năm dù cách xử trí và sinh hoạt của các Chúa thế nào đi nữa. Có đất đai lệ thuộc mà không phải bảo vệ, có lũ quyền thần dưới trướng mà không cần chỉ huy lãnh đạo: thế mà nước vẫn không mất, quyền thần thuộc hạ vẫn luôn luôn trung thành, không khi nào dám nghĩ chuyện phản loạn, trong hoàn vũ, chỉ những Quốc gia này là được vững bền, sung sướng trong thanh bình. Nhưng đây là những Quốc gia được lãnh đạo do một trí óc cao siêu, thường nhân không thể đạt tới được. Vậy tôi xin miễn bàn. Những Quốc gia đã được Đấng Tối Cao dung dưỡng bảo vệ, mà ta dám bàn tới thì thật táo bạo và kiêu căng quá mức. Nhưng vẫn có người hỏi và bắt tôi giải thích vì sao ảnh hưởng và thế lực đất đai của Giáo hội quá mạnh như vậy? Trước kia, ngay trên đất Ý Đại Lợi, từ những Vua Chúa oai hùng chuyên chế đến một Tiểu vương hay mỗi Hầu tước đều chẳng đếm xỉa gì đến, uy quyền đó của Giáo hội. Thế mà nay một ông Vua nước Pháp phải run sợ trước mặt Giáo hoàng. Đức Giáo hoàng đã có thể trục xuất Vua Pháp ra khỏi đất Ý, làm suy nhược dân tộc Vénitiens. Những sự việc đó đã quá rõ rệt, tôi chỉ cần kể lại đôi ba biến cố.

Tỷ dụ: nước Ý trước khi Vua Pháp Charles tới, toàn cõi dưới quyền trị vì của Đức Giáo hoàng, dân Véniliens, Quốc vương xứ Naples, Công tước xứ Milan, và dân Florentinois, các nhà chuyên chế đó đề phòng hai hiểm họa chính:

- Không để một nhóm ngoại nhân nào đột nhập vào hẳn trong nước.

- Chính quyền xứ nào cai trị xứ ấy, không được lấn chiếm sang xứ khác.

Lúc đó thiên hạ chỉ e sợ Đức Giáo hoàng và dân Vénitiens. Để chế ngự dân Vénitiens, tất cả các xứ đồng lòng đoàn kết đối phó. Thí dụ như khi ngăn cản họ chiếm cứ xứ Ferrare. Để phong tỏa uy quyền Đức Giáo hoàng, người ta lợi dụng uy danh của các nhà

quyền thần trong kinh thành La Mã. Bọn này có hai
nhóm là Orsini với Colonna. Chính hai nhóm này
cũng lục đục mâu thuẫn với nhau. Trước mặt Giáo
hoàng, hai nhóm này thường biểu dương lực lượng
hùng mạnh của họ, vì thế uy tín của Giáo hoàng cũng
bị suy giảm nhiều. Cũng có vị Giáo hoàng đặc biệt
can trường như Đức Giáo hoàng Sixte chẳng hạn.
Nhưng tình trạng vẫn không thay đổi vì trung bình
thời gian trị vì của các vi Giáo hoàng đều ngắn ngủi,
mỗi vị chỉ sống trên ngôi được độ mười năm. Trong
khoảng thời gian ấy, lập tâm làm suy giảm thế lực
của một nhóm lộng quyền đã là khó, lại thường xảy
ra những chuyện như sau: Một vị Giáo hoàng đã cố
tâm làm suy nhược uy thế của bọn Colonna, khi chết
đi; vị khác lên kế vị vốn ghét bọn đối lập Orsini, đã
hết lòng nâng đỡ bọn Colonna. Thế rồi vị Giáo hoàng
nay cũng chẳng sống lâu để tiêu diệt hẳn bọn Orsini.
Vì vậy trong giai đoạn lịch sử này uy quyền thế tục
của các vị Giáo hoàng không mấy được tôn trọng
trên đất Ý. Tình trạng này kéo dài mãi cho đến triều
đại Đức Giáo hoàng Alexandre Đệ lục. Ngài là vị Giáo
hoàng độc nhất biết xử dụng tiền tài và sức mạnh để
gây uy quyền, với sự trợ lực của Công tước
Valentinois và cũng nhờ dịp người Pháp xâm nhập
vào đất Ý, như tôi đã kể ở chương trên. Thật ra, thâm
tâm Ngài không làm để Giáo hội thụ hưởng quyền
lợi, mà để cho con Ngài, Công tước Cesare Borgia,
được hưởng uy thế. Nhưng kết cuộc, sau khi Ngài
băng hà, và Công tước Borgia tận số, Giáo hội trở nên
hùng cường nhờ công nghiệp của Ngài để lại. Người
kế vị, tức Giáo hoàng Jules II, nghiễm nhiên thấy Giáo

hội có uy quyền mãnh liệt với toàn xứ Romagne bị lệ thuộc, các quyền thần suy nhược, các nhóm đảng bị tiêu diệt. Tất cả đều do công của cựu Giáo hoàng Alexandre. Giáo hoàng Jules II thấy trước mặt con đường đã mở rộng thênh thang, tha hồ vơ vét tài sản, tiền bạc (việc này cố Giáo hoàng Alexandre không bao giờ nghĩ tới). Giáo hoàng Jules II không những tiếp tục gia tăng hoạt động trên con đường ấy, lại còn âm mưu chiếm cứ thêm xứ Bologne, tiêu diệt dân tộc Vénitiens, tống khứ người Pháp ra khỏi đất Ý; những công cuộc ấy đều thành công mỹ mãn, và đáng được tán thưởng là vì tất cả đã làm gia tăng uy thế Giáo hội chứ không vì quyền lợi cá nhân nào. Đối với hai nhóm Orsini và Colonna, Ngài giữ nguyên tình trạng cũ. Nhiều khi họ cũng thường xích mích với nhau, chực rắc rối. Nhưng có hai điểm đáng ngại cầm chân họ: Thứ nhất là uy quyền của Giáo hội quá lớn khiến họ phải kinh sợ. Thứ hai là cả hai nhóm đều không có một vị Hồng Y nào là người của mình. Đó cũng là nguồn gốc của sự lục đục bất hòa thường xuyên giữa hai nhóm. Tình trạng bất ổn sẽ luôn luôn kéo dài, nếu họ có được trong mỗi phe mấy vị Hồng Y giáo chủ. Các vị này, dù ở trong kinh thành La Mã hay ở ngoài, cũng thường dung dưỡng tình trạng phân ly giữa các nhóm đảng, nên các Tiểu vương, Tiểu chúa đều lâm vào cảnh bắt buộc phải tự bảo vệ các vị Hồng Y đó. Cũng do âm mưu tham vọng của các vị Giáo chủ; bọn quyền tước trong triều ngấm ngầm gây rối chống đối lẫn nhau. Đến thời đại đương kim Đức tân Giáo hoàng Leon lên ngôi, Ngài thấy rõ uy quyền của Tòa Thánh thật hùng cường.

Nhân dân thì hy vọng nếu trước kia các vị Tiên Hoàng đã dùng võ lực để bành trướng uy thế, từ nay tân Giáo hoàng sẽ thì ban nhiều thêm ân đức để cho uy quyền Ngài lên cao hơn nữa và xứng đáng với lòng tôn kính của thần dân.

Chương 12

Những hạng cầm quân và lính đánh thuê

Ở những chương trên, tôi đã đặc biệt kê cứu tính chất của mỗi loại lãnh thổ, mà từ đầu tôi nêu lên. Tôi đã cố giảng giải được phần nào nguyên lý của những cuộc thịnh suy, cùng phơi bày mưu kế những kẻ tìm cách chiếm đoạt và gìn giữ đất đai. Đến đây, phải cứu xét thêm trên bình diện tổng quát, những nguy cơ gặp phải và các phương kế khả dĩ thi hành khi cần.

Như trên đã thường nói, đã là một vị Chúa công phải trị vì trên một nền tảng thật kiên cố, nếu không rất dễ đổ nhào. Những căn bản chính yếu cho bất cứ một chính quyền Quốc gia nào, mới cũ hay hỗn tạp, đều là: pháp luật hoàn mỹ, quân lực hùng mạnh. Ở đâu quân lực yếu hèn không thể có pháp luật hoàn hảo được. Và nếu đã có quân lực mạnh thì có thêm luật pháp tốt là một điều rất hợp lý.

Trong chương này, tôi xin để riêng vấn đề pháp luật, chỉ đề cập tới vấn đề quân lực. Một vị Chúa công muốn bảo toàn đất đai Vương quốc phải có một đạo quân hoặc từ nhân dân trong nước, hoặc thuê mướn ngoại nhân, hoặc chỉ là đoàn quân phụ vệ, hoặc đoàn quân ô hợp đủ các thứ trên. Đoàn quân thuê mướn ngoại nhân và đoàn quân phụ vệ không những chỉ là đám binh sĩ vô giá trị, mà còn có thể là mối hậu họa nguy hiểm nữa. Một nhà lãnh đạo đặt nền tảng chính quyền trên bọn quân thuê mướn chẳng bao giờ có địa vị vững mạnh được. Đám quân này luôn luôn chia rẽ nhau, nhiều dục vọng, vô kỷ luật, kém lòng trung thành, anh hùng rơm lúc ở nhà, ra mặt trận là một lũ hèn nhát trước quân thù. Đối với Thượng đế, họ là lũ bất kính, đối với người, họ là bọn vô lương. Tuy là Chúa, ta cũng chẳng trì hoãn được vận suy đến, hay quân thù khởi cuộc tấn công. Bọn quân này thời bình đang tay phá hại tiền tài của Chúa, gặp thời chiến chúng sẽ không ngăn được kẻ thù tới cướp phá. Sở dĩ có tình trạng này, là vì chúng nào có tình nghĩa, hy vọng gì ở tương lai, với đồng lương ít ỏi của Chúa ban cho để gắn mình vào vị trí hiện tại. Như thế có đủ cho chúng hy sinh tính mạng cho Chúa không? Chúng chỉ sống dưới trướng của Chúa những lúc không có chiến tranh. Một khi chiến tranh bùng nổ, chúng lại muốn trốn tránh hay đào ngũ. Sự kiện này rất dễ hiểu, cứ lấy hiện trạng suy sụp nước Ý làm tỉ dụ. Trong một thời gian quá dài, các chính quyền đã ỷ lại vào lực lượng đội quân đánh thuê. Trong thời gian đó cũng có lúc chúng lập được một vài chiến công nho nhỏ trong nội bộ. Đến khi có quân ngoại xâm tấn công, chúng lộ nguyên chân tướng. Thế nên, Vua Charles nước Pháp khi tiến đánh nước Ý, chỉ mang theo một đoàn chiến sĩ thư sinh cũng đủ chiến thắng. Có người cho rằng người Ý mất nước vì họ có quá nhiều tội lỗi. Nhưng đó không phải là những tội mà họ nghĩ (lỗi đối với Thiên Chúa) mà là những lỗi lầm đã kể ở trên. Tóm lại tất cả tội lỗi đều do các vị Chúa công kế tiếp gây nên, rồi cũng chính các vị ấy gánh chịu, tất cả những hậu quả đớn đau hơn hết.

Thâm ý tôi là muốn trình bày cặn kẽ tất cả những tai họa do sự dùng loại binh sĩ này. Các cấp sĩ quan chỉ huy bọn quân đánh mướn này cũng có người có tài về binh pháp, cũng có hạng rất kém. Nếu họ có tài, ta lại càng không nên tin cậy bởi vì họ luôn luôn cố gắng gây uy thế cá nhân. Như thế họ đã hại ta, tuy chính ta là chủ họ, hoặc họ tự ý gây hấn tiêu diệt những kẻ khác không theo ý muốn của ta. Nếu họ vô tài, uy thế ta lại càng suy sụp nhanh hơn. Nói như thế, tất có người hỏi rằng, vị chỉ huy một binh lực thuê mướn hay chánh quy nào mà chả xử trí như vậy? Tôi sẽ trả lời: Phàm cuộc chiến tranh nào cũng do Vua Chúa trị vì trên một Vương quốc hoặc do Chính phủ cai trị một nước Cộng hòa chủ trương. Nếu là Vương quốc thì chính Chúa công phải đích thân ra mặt trận chỉ huy quân sĩ. Nếu là nước Cộng hòa, Chính phủ sẽ cử một công dân ra giữ trách nhiệm điều khiển chiến sự. Người này không đủ tài ba thì thay thế người khác. Nếu người giữ trọng trách chỉ huy có đủ tài năng can trường, chỉ việc kiềm chế họ trong vòng luật pháp là họ không dám hành động trái đường lối do Chính phủ vạch ra. Kinh nghiệm lịch sử cho ta thấy, chỉ có các Vương quốc hay Cộng hòa Dân quốc có chiến thuật đào luyện quân lực sẵn sàng mới hoàn tất được mỹ mãn những việc lớn. Còn bọn quân đánh thuê chỉ luôn luôn gây thêm đau khổ và thiệt hại. Hơn nữa, một Dân quốc có quân lực của chính mình, sẽ khó bị rơi vào vòng kiềm tỏa độc tài của một công dân hơn là Dân quốc đó có một đoàn quân đánh thuê.

La Mã và Sparte, trong một thời gian dài có quân lực mạnh mẽ và đã giữ được tự do. Dân Thụy Sĩ có quân đội rất hùng cường và họ rất được tự do. Trong những thí dụ lịch sử về những đoàn quân đánh thuê, ta được thấy trường hợp người Carthaginois suýt nữa thì bị đoàn quân đánh mướn của họ tiêu diệt, sau khi chấm dứt trận chiến đấu tiên với người La Mã, dù đoàn quân đó do một vị Tướng Carthaginois chỉ huy. Sau cái chết của Epaminondas dân Thébains đưa Philippe xứ Macédoine lên ngôi Tướng soái thống lãnh quân lực của dân tộc này. Sau khi chiến thắng, ông tước luôn nền tự do của dân Thébains. Tại Milan, sau cái chết của Công tước trị vì, dân chúng thuê Francois Sforza cầm đầu quân lính chống lại người Vénitiens. Vị Tướng này, sau khi chiến thắng kẻ thù tại Caravage, quay lại áp chế chính những chủ cũ của mình. Cha của ông, lúc còn trông coi quân đội phục vụ Nữ hoàng Jeane xứ Naples, đã để quân lực suy sụp quá độ, đến nỗi Nữ hoàng phải cầu cứu đến Vua xứ Aragon để khỏi mất nước. Con dân Vénitiens và Florentins, trong quá khứ đã bành trướng lãnh thổ với những đoàn quân loại đó.

Nhưng các vị Tướng thống lãnh quân lực của họ, tuy đã chiến thắng rất nhiều trận, vẫn không lợi dụng địa vị để bước lên ngôi Chúa công. Được như vậy là vì số mệnh đã ưu đãi dân Florentins. Các Tướng soái có tài do họ bầu lên thống lĩnh quân đội, những người có thể tước đoạt nền tự do của dân chúng này, lại không làm được việc đó; hoặc vì họ thất trận, hoặc bị ngăn trở, hoặc tham vọng của họ nhằm chỗ khác. Trong số những kẻ lỡ bị thất trận, có Jean Aucut. Một người đã nói riêng cho tôi biết, nên không bị thất trận, toàn dân Florentins đã bị ông thống trị rồi. Còn Tướng Sforza (cha) lại bị ngăn cản bởi đoàn quân của Braccio luôn luôn chống đối lại ông. Khi Francois Sjorza lên nắm quân đội, ông chuyển tham vọng của mình sang xứ Lombardie. Lúc đó, Braccio đang chống lại Giáo hội và Vương quốc Naples.

Bây giờ ta hãy trở lại những chuyện xảy ra gần đây. Dân Florentins đưa Paul Vitelli lên làm Thống soái. Ông này là một người rất khôn ngoan. Từ một địa vị thấp hèn, dần dần ông đã gây được niềm tin với tất cả mọi người. Nếu đánh thắng được thành Pise, mọi người đều nghĩ rằng dân Florentins bắt buộc phải thần phục ông. Vì, nếu ông trở mặt đầu quân cho địch, họ sẽ bị ở trong tình trạng tuyệt vọng. Còn nếu tiếp tục giữ ông lại, họ bắt buộc phải tuân lệnh ông. Về dân Vénitiens, xét kỹ tiến trình của họ, ta thấy họ chiến đấu một cách anh dũng và khôn khéo, và thường đoạt được chiến thắng, khi chính họ, những nhà quý tộc dẫn đầu, dân chúng theo sau, cùng xông ra trận. Nhưng đến khi chuyển hướng

chính trị và bắt đầu tìm cách bành trướng lãnh thổ
vào nội địa, họ lại bắt chước thói xấu của các Vương
thổ khác trên đất Ý là thuê lính đánh mướn. Trong
những bước đầu của cuộc bành trướng trên bộ đó, vì
đất đai chưa được rộng lớn lắm và tiếng tăm còn quá
lớn lao nên họ không sợ bị Tướng lãnh, Quản quân
phản lại. Nhưng đến khi bờ cõi được mở mang rộng
rãi nhờ Carmignola, họ bắt đầu thấy đã chọn lầm
đường. Sau khi ông này đánh bại được Công tước
Milan, họ nhận thấy ông ta khôn khéo và can đảm,
nhưng lại không hăng hái lắm khi ra trận. Họ nghĩ
ông ta không thể đem thêm chiến thắng cho họ nữa,
vì ông ta không hề muốn thế. Họ lại không thể tước
chức của ông vì như thế có thể họ sẽ mất hết những
đất đai vừa chiếm được. Cuối cùng họ bắt buộc phải
hạ sát ông. Sau đó, lần lượt đưa lên thống lãnh quân
lực là những Tướng: Barthélemy de Bergame,
Robert de San Severino, Bá tước Pitigliano và nhiều
người khác nữa. Những người này chỉ có thể làm
mất đi đất đai chứ khó lòng lấy thêm được mảnh
nào. Và tại Vaila, thảm bại đã đến. Chỉ trong một
ngày, dân Véniliens mất hết tất cả những gì họ gom
góp, thu lượm được một cách khó nhọc trong tám
trăm năm.

Tóm lại, dùng những đoàn quân loại này, đôi khi
cũng thu được chút ít thắng lợi nhỏ, một cách vô
cùng chậm chạp, Nhưng đến khi thất bại, sự suy sụp
đến rất nhanh chóng và tai hại vô cùng.

Qua mấy thí dụ trên, ta thấy nước Ý đã lâu năm
được cai trị dựa trên lực lượng của những đạo quân

thuê mướn. Tôi muốn trình bày cặn kẽ tình trạng đạo quân ấy từ trên xuống dưới, từ lúc phát khởi đến suốt thời gian bành trướng, để cùng tìm phương cách đối phó.

Như ai cũng biết, từ khi thế lực Đế quốc La Mã (Empire Romain Gennanique) bị đánh bại khỏi đất Ý uy quyền Đức Giáo hoàng lên mạnh. Toàn cõi nước Ý được chia nhiều Tiểu quốc. Ở đa số các Đô thị lớn, nhân dân cầm súng nổi dậy đánh đuổi những kẻ có tước vị quyền quý. Bọn này trước kia đã dựa vào thế lực của Hoàng đế uy hiếp đè nén dân chúng. Giáo hội đã ngầm ủng hộ những cuộc dấy loạn này, với mục đích gây thêm thế lực của Tòa Thánh. Nhiều nơi nhân dân tự lập vùng tự trị.

Đến một lúc, nền thống trị toàn cõi nước Ý nằm trọn trong tay Tòa Thánh và một vài Cộng hòa nhỏ. Nhưng các tu sĩ và kẻ thường dân được bầu lên nắm chính quyền không thông thuộc binh pháp, nên việc đầu tiên là tìm mướn người ngoại bang làm lính.

Người đầu tiên trong bọn Tướng đánh thuê đã gây được tiếng tăm là Alberigo de Como xứ Romagne, sau đó là Braccio và Sforza v.v... Suốt một thời gian dài, các Tướng này đã tung hoành làm mưa làm gió trên toàn cõi đất nước Ý. Từ thời đó đến ngày nay còn nhiều vị Tướng khác tiếp tục xử dụng và chỉ huy những đạo quân loại ấy. Kết quả của những cuộc múa may đẹp mắt do bọn này biểu diễn trong bao năm, là đất đai nước Ý đã liên hồi bị Vua Charles (Pháp) kéo quân tràn ngập tứ phương, Vua Louis (Pháp) cướp phá, Vua Ferdinand (Y Pha Nho)

giày xéo, quân đội Thụy Sĩ làm nhục nhã Quốc gia.
Bọn chỉ huy đoàn quân đánh thuê trước hết muốn
gây uy danh cho mình nên cố tình làm giảm uy danh
của đoàn bộ binh, vì đoàn này toàn là hạng người vô
Tổ quốc, sống về kỹ nghệ đánh giặc mướn. Họ không
đủ sức tạo lập uy thế và cũng không đủ năng lực tự
cung phụng nên đã tự thu gọn thành một đoàn kỵ
binh với một số quân ít hơn, để được phần dung
dưỡng và tạo thêm oai phong. Thế cho nên trong
một trại lính có hai chục ngàn người, ta chỉ thấy có
hai ngàn bộ binh còn toàn là kỵ binh. Họ còn khôn
khéo dung dưỡng nhau trong tinh thần bạc nhược,
lười biếng, hèn nhát. Khi xuất trận, họ không có chí
quyết tử nên bị kẻ địch bắt làm tù binh rất dễ. Đêm
đến, không bao giờ họ dám mở cuộc tấn công. Nếu
trận tuyến ngoài thì không dám đánh vào thành nếu
ở trong thành thì không dám đánh ra. Chung quanh
đồn trại, không bao giờ họ đào hào đắp lũy. Gặp
tuyết rét mùa đông, không bao giờ thèm đi tuần tiểu
ngoài đồng ruộng. Tất cả điều trên đều phù hợp với
mớ quân luật mà họ đã tự đặt ra, cốt để tránh những
công tác nặng nhọc và nguy hiểm. Đó là tất cả những
duyên cớ làm cho nước Ý trở nên hèn yếu và nhục
nhã.

Chương 13

Quân chính quy, quân phụ trợ và quân hỗn hợp

Nói tới đoàn quân phụ trợ, ta liên tưởng ngay tới một bọn binh sĩ vô ích. Khi cầu cứu với một vị Chúa khác, vị này mới mang quân đến giúp ta bảo vệ non sông. Ví dụ trong cuộc tranh chấp với xứ Ferrare, Giáo hoàng Jules II đã thất vọng với bộ mặt hèn yếu của đoàn quân thuê mướn, liền quay sang ký kết hiệp ước với vua Ferdinand nước Y Pha Nho để mượn quân sang giúp. Nhưng đạo quân viễn chinh đi giúp nước khác như kiểu này, chỉ tốt đối với chính Chủ soái của họ và chỉ đem lợi lại cho người này mà thôi. Còn những kẻ cầu cứu tới họ sẽ thiệt hại vô cùng. Nếu đoàn quân đó thua, thì nước mình vẫn là nước bại trận. Nếu đoàn quân đó thắng mình sẽ trở nên tù nhân của đoàn quân này.

Trong lịch sử cổ thời, đầy dẫy những biến cố như trên đây. Nhưng tôi cần phải kể một trường hợp tiêu biểu vừa xảy ra: trường hợp Đức Giáo hoàng Jules II.

Khi muốn chiếm xứ Ferrare, Ngài đã vô cùng khờ dại tự đặt mình trong tay một ngoại bang. Nhưng thật may mắn cho Ngài, có một đệ tam biến cố xảy ra đã giảm bớt tai họa do sự quyết định sai lầm của Ngài. Đúng lúc đạo quân cứu trợ ngoại nhân bị quân địch đánh tan ở thành Ravenne, bất ngờ đạo quân Thụy Sĩ vừa kéo đến đánh bại được địch quân. Nhờ đó Ngài thoát khỏi cảnh kìm hãm, như một tù nhân giữa một bên là địch quân, một bên là bọn quân ngoại bang đến cứu trợ (Ngài thắng trận là nhờ ở đạo quân Thụy Sĩ chứ không phải nhờ ở bọn quân cứu trợ, vì chính bọn quân này đã bị địch quân đánh bại). Dân Florentins vì không quân lực nên dẫn mười ngàn quân Pháp vào đất Ý để chiếm thành Pise cho họ; họ đã tự mang họa vào thân. Hoàng đế Constantinople khi xưa, để chống lại lân bang, đã gọi mười ngàn quân Thổ vào đất Hy Lạp. Sau khi chấm dứt chiến tranh bọn này lại không muốn rời khỏi Hy Lạp. Đó là bước đầu cuộc xâm lăng xứ này bởi bọn vô đạo.

Tóm lại chỉ có vị Chúa nào khờ khạo, chiến mà không muốn thắng, thì mới cầu cứu tới đoàn quân cứu trợ ngoại nhân. Bọn này còn nguy hiểm bằng mấy bọn quân thuê mướn. Dùng bọn họ ta thấy thua thiệt trước không sao thắng được, vì họ là một đoàn quân có hệ thống tổ chức hẳn hòi, đã quen tuân theo mệnh lệnh của người chỉ huy trực tiếp của họ hơn ta. Còn bọn quân thuê mướn sau khi thắng trận, họ có muốn làm hại ta cũng phải mất nhiều thời gian, họ còn phải chờ lâu may ra mới có cơ hội thuận tiện, bởi vì đoàn quân đó ô hợp, không có hệ thống cơ ngũ chặt chẽ. Vả lại chính ta tuyển dụng họ dần dần và trả lương bổng trực tiếp cho họ. Chức vị chỉ huy bọn ô hợp này cố nhiên ta đã đặt một đệ tam cá nhân. Vị chỉ huy này không thể một sớm một chiều gây đủ uy tín có thể lôi cuốn họ vào con đường nguy hại cho ta được. Rốt cuộc, đối với bọn quân thuê mướn, điều nguy hiểm nhất cho ta là sự lười biếng và hèn nhát khi lâm trận. Còn đối với bọn ngoại nhân cứu trợ, điều nguy hiểm nhất lại là sự can trường của bọn này.

Vậy, một vị Chúa có trí óc khôn ngoan, phải tránh sự ỷ lại vào hai loại quân nói trên và phải quyết tâm chấp nhận trước, thà thua trận với quân sĩ của mình còn hơn thắng trận nhờ quân ngoại bang. Và phải nhận định, một chiến thắng do lực lượng kẻ khác mang tới cho ta là một chiến thắng giả tạo.

Đến đây ta có thể đem trường hợp và hành vi của Cesare Borgia ra phân tích, xem có giống trường hợp trên không? Vị Công tước này, khi tấn công xứ Romagne với một đoàn quân phụ trợ toàn người Pháp, hạ hai thanh trì Imola và Fali dễ như không. Nhưng sau đó ông thấy ngay rằng bọn quân này không thể tin cậy được. Ông quyết định thuê mướn quân của bọn Osini và Vitelli, nghĩ rằng bọn này ít nguy hiểm hơn. Về sau ông lại thấy rõ bọn mới này có thái độ khả nghi, tỏ vẻ vô lương và rất có thể gây nguy hại hơn nữa, ông bèn sa thải hết và quyết tự lập một đoàn quân hoàn toàn của riêng ông. Sau đó người ta mới thấy tình thế trong nước khác hẳn. Uy danh ông nổi bật hơn trong thời gian ông dùng mấy hạng quân phụ trợ của người Pháp và quân thuê mướn của bọn Osini và Vitelli. Từ đó, toàn thể quân sĩ chỉ đặt dưới quyền chỉ huy trực tiếp duy nhất của ông. Uy danh càng cao lên, thiên hạ lại càng e sợ ông, bởi vì ông thực sự là chúa tể của các lực lượng riêng do ông lập nên.

Tôi cũng muốn kể một trường hợp điển hình nữa, là Công tước Hiéron cai trị xứ Syracuse (mà tôi đã có dịp nói tới ở những chương trên). Ông chính là một vị Tướng chỉ huy đạo quân đánh thuê của xứ này. Ông sớm thấy đoàn quân này vô ích, nguy hại như những đoàn quân đồng loại ở nước Ý của chúng ta hiện giờ. Khốn nỗi, ông lại bị kẹt vào tình trạng không thể giữ bọn này được, lại không thể giải tán nổi bọn chúng. Ông bèn mưu giết hại, loại sạch bọn chúng. Sau đó ông lãnh đạo công cuộc chiến đấu hoàn toàn với quân sĩ riêng của ông, tuyệt đối không dùng tới lực lượng của kẻ khác nữa.

Tôi cũng muốn nhắc lại một chuyện tương tự, có chép trong Cựu Ước. Khi David hiến mình cho Saul, tình nguyện đi diệt Goliath, Chủ soái dân Philistins, Saul muốn David giữ vững can trường, bèn giao khí giới áo giáp của mình cho David. Ông này, sau khi đã mặc thử áo giáp vào người, liền trả lại cho Saul và nói là bộ giáp đó chỉ khiến cho ông mất niềm tự tin vào tài sức mình. Rồi ông lên đường đi tìm kẻ địch với một nỏ một đao.

Nói tóm lại dùng khí giới của người khác để chiến đấu chỉ tổ cho nó đâm vào lưng, đè lên người, siết vào cổ mình thôi.

Vus Charles VII nước Pháp, Phụ hoàng của Vua Louis XI, là một vị Hoàng đế có thực tài và lại có thêm tài sản vĩ đại. Ngài đã giải thoát được nước Pháp khỏi ách thống trị của người Anh Cát Lợi, thấu triệt sự cần thiết phải lập một đạo quân gồm binh sĩ bản xứ của mình, Ngài đã thành lập được một đạo kỵ binh, và một đạo bộ binh gồm toàn người trong nước. Nhưng người con Ngài sau đó là Vua Louis, lại bỏ hẳn ngành bộ binh bản xứ và bắt đầu đi tuyển mướn người Thụy Sĩ thay thế vào. Các đời Vua sau cũng theo chính sách sai lầm ấy, khiến cho đến ngày nay, ta thấy nước Pháp ở vào một tình thế vô cùng nguy hiểm. Quân đội Pháp trở nên lai căng vì chính quyền đã nâng quá cao đoàn quân mướn, gốc người Thụy Sĩ, lên đài danh vọng, đến nỗi đoàn kỵ binh bản xứ cũng phải lệ thuộc đoàn quân ngoại lai. Đoàn kỵ binh bản xứ đã quá thấm nhuần thói quen chiến đấu bên cạnh đoàn bộ binh Thụy Sĩ, nên họ không còn khả năng để chiến thắng một mình nữa. Giờ đây người Pháp không còn đủ sức chống lại quân Thụy Sĩ, họ cũng không còn gây chiến với xứ khác, nếu không có đoàn quân Thụy Sĩ này. Vậy quân đội của Pháp là một đạo quân hỗn hợp, một phần là quân thuê mướn, một phần là quân gốc bản xứ. Giá trị đoàn quân hỗn hợp này cao hơn giá trị đoàn quân hoàn toàn thuê mướn hay hoàn toàn ngoại bang phụ trợ, nhưng lại kém hẳn giá trị của một đoàn quân thuần túy bản xứ, gồm toàn thần dân trong nước. Sau đó uy thế nước Pháp bị kém sút đi. Quả là một tỷ dụ lịch sử hiển nhiên. Ví thử các vị thừa kế Tiên hoàng Charles VII cứ theo đuổi và cải thiện chính sách của Ngài thì Đế quốc Pháp đã có một uy thế vô địch. Khốn nỗi kẻ hậu thế lại thường kém trí suy xét, kém tài khôn ngoan, đã bị quyến rũ do hương vị ngọt ngào giả tạo, không biết ở trong còn có bao nhiêu nọc độc.

Như vậy ta thấy vị Chúa nào có quyền lãnh đạo một Quốc gia, mà không tiên liệu được những nguy hiểm, những tai biến ngay từ lúc nó sắp phát xuất, thì thật là không khôn ngoan tài cán tí nào. Thực ra, cũng ít người có tài năng thiên phú ấy. Nếu xét kỹ căn nguyên sự suy sụp của Đế quốc La Mã, ta sẽ thấy bắt đầu là do sự thuê mướn quân sĩ người Goths. Ngay từ lúc đó, binh lực Đế quốc trở nên lai căng. Vì thế giá trị chiến đấu của chính binh sĩ La Mã bắt đầu suy nhược sút kém, trong khi giá trị của bọn lính người Goths cứ tăng dần.

Kết luận một: Quốc gia không thể chắc chắn vững mạnh được, nếu không tự lập đầy đủ một quân lực thuần túy Quốc gia đó và khi ấy tồn vong cũng sẽ tùy thuộc sự may rủi.

Câu châm ngôn sau đây của Tacite vẫn luôn luôn có giá trị :

"Không có gì yếu ớt và mong manh hơn uy danh của một cường quốc không có binh lực riêng của mình" (Rien n'est si faible ou instable que le renom d'une puissance qui ne s'appuie pas sur une force à elle).

Một binh lực riêng của mình phải là một đạo quân gồm toàn thần tử và các hạng công dân trong nước, ngoài ra phải coi là quân thuê mướn và quân phụ trợ hết. Muốn lập một binh lực thuần túy Quốc gia không phải là chuyện khó. Chỉ cần noi gương bốn nhân vật điển hình mà tôi kể trên đây. Thêm nữa ta có thể kể Hoàng đế Philippe, Phụ hoàng của Alexandre le Grand (A Lịch Sơn đại đế), cùng nhiều Vương quốc và Cộng hòa khác nữa, cũng đã tự lập được những quân lực thuần túy Quốc gia.

Chương 14

Quân vương đối với chiến tranh

Vị Quân vương lúc nào cũng phải suy tư, nghiền ngẫm về chiến tranh, về cách tổ chức quân đội, cùng cách giữ gìn kỷ luật quân đội. Đó là kỹ thuật phải có kẻ của chỉ huy. Biết điều quân khiển tướng, không những chỉ giúp cho các Vương hầu tại vị tự bảo vệ địa vị, mà còn có thể giúp cho kẻ thường dân bước lên địa vị chúa tể nữa. Ngược lại khi đấng Quân vương đắm say tửu sắc không lo rèn binh luyện tướng thì chắc chắn ông sẽ mất nước vì không lưu tâm đến kỹ thuật chiến tranh, và lý do khiến người ta chiếm thêm được đất đai nhờ thường xuyên chăm lo công việc quân sự.

Francois Sforza vì biết học hỏi kỹ thuật binh nghiệp nên từ địa vị một thường dân đã trở thành Công tước, chúa tể xứ Milan. Đến đời các con cháu sau này đều không chịu lao tâm, lao lực học hỏi võ nghiệp, nên đã từ địa vị Công Hầu rơi xuống bậc thường dân. Vị Chúa nào không thông hiểu binh thuật, sẽ luôn gặp tai họa, lại còn bị khinh rẻ nữa là khác. Điều đó, đã ở địa vị Chúa, ta phải tránh. So sánh kẻ có binh lực trong tay với kẻ không có gì, ta thấy rõ sự khác biệt nhau. Tất nhiên, kẻ có binh lực không bao giờ chịu cúi đầu tuân lệnh kẻ không có tên lính nào dưới tay. Ngược lại kẻ không có tên lính dưới tay cũng không thể được yên thân giữa một bọn quyền thần, tôi tớ đầy đủ kiếm tên. Đàng này khinh rẻ đàng kia, đàng kia lúc nào cũng e sợ đàng này. Như vậy làm sao hai đàng hòa hợp với nhau được lâu dài. Do đó, ta thấy nếu một vị Chúa công không thông hiểu binh thuật sẽ gặp nhiều sự phiền toái cho mình, không bao giờ được binh sĩ khâm phục và chính mình cũng không bao giờ dám tin tưởng vào ai.

Vậy vị Chúa công luôn phải tự đào luyện binh thuật bằng hai cách, một là hành động, hai là học hỏi suy tư. Để tự đào luyện bằng hành động, trước tiên phải giữ kỷ luật tuyệt đối trong quân đội. Ngoài ra, cũng nên tổ chức những cuộc săn bắn để làm phương tiện luyện tập thân thể cường tráng, ngõ hầu chịu đựng được những sự gian lao, và là một dịp để tìm hiểu địa hình địa thế, đo lường núi cao vực thẳm đồng ruộng, để biết rõ thể chất sông ngòi đầm lầy. Đó là những điểm thiết yếu cần phải chuyên cần nghiên cứu. Những hoạt động ấy mang lại hai điều lợi: trước là hiểu biết được địa lý lãnh thổ của mình, đến khi cần sẽ bảo vệ non sông dễ dàng. Sau là có thể liên tưởng được địa thế phía địch, bởi vì núi sông, đồng ruộng ở Tỉnh này cũng tương tự như ở Tỉnh kia. Một vị Chúa công không hiểu biết cặn kẽ những điều này, tức là không có đủ tài năng cần thiết để trở nên một vị Tướng lãnh giỏi. Bởi vì sự tao luyện này dạy ta biết được thế địch, biết tìm nơi cắm trại, di chuyển quân lính, dàn bày trận đồ, nắm được ưu thế khi muốn bao vây một địa điểm. Nhiều sách sử có chép những lời khen ngợi Philopoemen, chúa tể dân Achéens. Một trong những điều đáng khen ông là trong lúc thanh bình, ông luôn luôn học hỏi binh pháp. Khi ngao du cùng bạn hữu ở ngoài đồng ruộng, ông thường dừng lại để cùng nhau thảo luận. Ví dụ, nếu quân địch xuất hiện trên ngọn đồi kia, quân ta tiến tới đây, thì nên thế nào, xem ưu thế thuộc về bên nào, ta có thể tiến quân lên tấn công được không? Nếu ta muốn rút lui thì phải theo ngã nào? Nếu địch rời bỏ vị trí rút đi, ta truy kích bằng chiến thuật nào? Cả đoàn cùng đi, cùng thảo luận, đề cập tới tất cả những trường hợp có thể xảy ra. Ông chăm chú nghe ý kiến các bạn, rồi bày tỏ ý kiến riêng của ông, để cùng tìm lấy một kết luận hay nhất. Nhờ thế, mỗi khi có cuộc chiến tranh, ông đến kéo binh thanh toán địch quân một cách dễ dàng.

Trên phương diện trau dồi học vấn, rồi suy tư, các vị Chúa công cần phải đọc nhiều sách sử, tìm hiểu những hành động của các danh nhân, ngẫm xét cách thức trị quốc trong thời chiến tranh, tìm kiếm nguyên nhân sự thành công hay thất bại, để thấy điều hay thì theo, thay điều dở để tránh. Nên chọn lấy một vĩ nhân lịch sử mình ưa thích, làm thần tượng cho tất cả công nghiệp của mình. Thế cho nên người ta thường nói Alexandre le Grand bắt chước Achille, César bắt chước Alexandre, và Scipion là hiện thân của Cyrus.

Một Chúa công có trí óc khôn ngoan, phải biết tuân theo cách thức học hỏi trên đây. Phải biết lợi dụng thời giờ nhàn rỗi lúc thanh bình, đọc nhiều lịch sử để xây đắp cho mình một vốn học thức. Điều đó sẽ giúp ích khi gặp rối ren, tăng thêm sức chống đỡ những cơn phong ba bão táp mà vận rủi sẽ đưa đến cho mình.

Chương 15

Sự khen chê đối với Quốc vương

ây giờ xét đến cách cư xử và cử chỉ của một vị
Chúa đối với thần dân và thân hữu, thế nào
cho phải. Tôi biết đã có nhiều nhà trí thức viết về vấn
đề này. Nay nếu tôi bày tỏ tư tưởng của mình khác
xa tư tưởng của họ, không khỏi mang tiếng là người
lập dị. Nhưng vì muốn viết ra những gì mình tự xét
có thể giúp ích cho người đọc, nên tôi diễn tả đúng
sự thực chứ không thêu vẽ theo trí tưởng tượng. Có
nhiều người đã vẽ ra những lãnh thổ Vương quốc
hoặc Cộng hòa mà chưa ai từng trông thấy tận mắt
hoặc biết chắc có thực. Ở đời, kiểu mình hiện đang
sống khác xa kiểu mình đáng lẽ là phải sống; cũng
như việc mình đang làm khác xa các việc mà mình
đáng lẽ phải làm. Nếu ta bỏ thực tế hiển hiện để theo
đuổi cái "đáng lẽ phải thế này thế kia" mãi chắc chắn
ta tự tiêu tự hủy. Nếu ta cứ nhất định luôn luôn giữ
mức đạo đức tuyệt đối, chắc chắn ta sẽ bị tiêu diệt
giữa đám đông mà đa số là hạng người bất hảo
quanh ta. Thế cho nên vị Chúa nào muốn giữ vững

địa vị khi cần phải biết cách gác đạo đức một bên; lúc áp dụng đức độ, lúc không, tùy theo nhu cầu của thời thế.

Nay ta hãy tạm gác những cung cách toàn hảo toàn mỹ mà người ta tưởng tượng, bắt một vị Chúa phải có đủ, để bàn tới thực trạng. Tôi có thể nói ngay, khi người ta phê bình tư cách của con người, nhất là con người ấy lại là một vị Chúa, người ta phải cố gán cho một phẩm tính đặc biệt để khen hay chê. Nghĩa là con người ấy rộng rãi hay biển lận, từ thiện hay tham lam, độc ác hay hiền từ, gian trá hay tín nghĩa, ươn hèn nhút nhát hay hung tợn can đảm, từ tốn hay kiêu căng, dâm ô hay trong trắng, chân thành hay láu cá, ngang bướng hay ôn hòa, nghiêm nghị hay dễ dãi, ngoan đạo hay vô tín ngưỡng, và còn nhiều phẩm tính đối chọi với nhau nữa... Tôi thừa biết ai ai cũng tôn sùng vị Chúa nào gom đủ trong người tất cả các phẩm tính ở phần hay. Nhưng khốn nỗi thân phận con người đâu cho phép ta có đủ được tất cả các phẩm tính hoàn hảo và làm được tất cả mọi việc hay. Vậy một vị Chúa chỉ cần có đủ trí khôn ngoan sáng suốt, tránh làm những điều xấu xa tội lỗi khiến ông ta có thể bị mất nước. Những tật xấu lặt vặt không nguy hại trực tiếp đến sự tồn vong nên cố hết sức tránh khỏi, nếu không được thì đành chịu vậy, chẳng hại gì may. Ta phải xét điều này nữa, một vị Chúa mà lúc nào và làm việc gì cũng sợ bị thiên hạ chỉ trích tật xấu vặt của mình, cũng khó lòng giữ vững được uy quyền. Tóm lại, có khi vị Chúa làm một việc mà tin là đúng đạo lý lại bị thảm bại, cũng có khi làm một việc trong lòng lo sợ là xấu lại thu được kết quả tốt và bền vững.

Chương 16

Tính hào phóng và cần kiệm

Trong hai phẩm tính nếu trên đây, tôi phải nói ngay có lẽ hào phóng thì tốt hơn. Nhưng hào phóng đến mức mang tiếng phóng túng thì chính mình làm hại mình. Nếu chi tiêu đúng mức phải chăng sẽ không được tiếng hào phóng, trái lại còn bị chê là bủn xỉn bần tiện. Muốn gây được danh tiếng hào phóng đối với những kẻ quanh mình, trăm sự đều phải cực kỳ huy hoàng sang trọng; đến một lúc vị Chúa hào phóng lãng phí hết tài sản. Khi đó nếu vẫn còn muốn giữ tiếng tăm ấy, tất nhiên phải bóc lột tới nhân dân, lập sưu cao thuế nặng, và không từ việc gì có thể làm ra tiền bạc. Từ đó nhân dân bắt đầu chán ghét, không còn ai muốn quý mến, vì Chúa đã lâm vào cảnh nghèo rồi. Trong khi Chúa phóng túng, phung phí quá trớn đã làm thiệt hại đa số nhân dân mà chỉ một thiểu số được thụ hưởng. Đến lúc tình thế rối ren, Chúa sẽ là người trước tiên nhận lãnh tai vạ hiểm nghèo. Nếu Ngài biết trước tai vạ sẽ

xảy ra như thế, để bớt phung phí trong khi đang
phóng túng, thì lại mang tiếng bần tiện keo kiệt.

Vậy một vị Chúa công, nếu không đủ tài lực đóng
vai hào phóng để khỏi gây tai biến cho mình và nếu
có đủ trí óc khôn ngoan thì hãy đành chịu tiếng là
người bủn xỉn. Thời gian còn dài, một ngày kia gặp
cuộc chiến tranh hay cơ hội xây dựng những đại
công tác, Ngài tránh được cho dân khỏi phải đóng
góp nặng nề, tất nhiên sẽ được dân quý mến hơn là
hào phóng. Như thế Ngài đã thi ân cho toàn thể nhân
dân rồi đó. Có mang tiếng bủn xỉn cần kiệm chăng
nữa, cũng chỉ đối với thiểu số quen thói thụ hưởng
các ân huệ. Ở thời đương kim ta chỉ thấy những
người có tiếng cần kiệm mới làm được việc lớn. Kẻ
hoang phí đều thất bại hết. Giáo hoàng Jules II đã
vung phí tài sản để bước lên ngôi, nhưng rồi Ngài tự
biết phải tiết kiệm để sau này còn có đủ phương tiện
đối phó với các cuộc chiến tranh. Pháp vương thời
đó sở dĩ mở được nhiều cuộc chiến tranh mà không
bắt dân gian chịu thêm sắc thuế nặng đặc biệt nào,
bởi vì thường nhật đối với những chi phí phù phiếm,
Ngài chỉ tiêu một cách giới hạn và số tiền tiết kiệm
danh dụm lâu ngày nay được đem ra dùng. Vua nước
Y Pha Nho hiện nay cũng vậy, nếu Ngài là người
hoang phí rộng rãi trong sự chi tiêu, làm sao hoàn tất
mỹ mãn được bao nhiêu công tác hữu ích.

Một vị Chúa muốn khỏi phải tìm cách bóc lột thần
dân, muốn luôn luôn có phương tiện để tự vệ, muốn
không bao giờ quá túng thiếu, muốn khỏi phải nghĩ
tới mưu mô gian trá tàn ác, thì không bao giờ nên

lưu ý đến lời phê bình của thiên hạ cho mình là keo kiệt. Nếu bảo đó là tật xấu thì chính tật xấu này giúp Chúa ở ngôi trị vì lâu dài. Nếu có người bảo Jules César nhờ tính hào phóng để lên được ngôi Hoàng đế, và nhiều kẻ khác nữa, hoặc có tính hào phóng thật sự hoặc chỉ có huyền danh ấy thôi, mà lên được những địa vị cao sang; tôi trả lời ngay, có hai trường hợp: Một, kẻ ấy vốn dĩ đã là một chúa tể truyền thống; hai, kẻ ấy đang mới mưu đồ tiến lên địa vị chúa tể. Ở trường hợp thứ nhất, kẻ ấy chẳng cần phải hào phóng làm gì. Ở trường hợp thứ hai, cần phải gây tiếng tăm là người hào phóng. César ở vào trường hợp thứ hai này, tức là một kẻ mưu đồ bước lên Đế vị La Mã. Khi đã đạt tới đích, nếu Hoàng đế không tự kiềm chế những món chi tiêu quá lớn lao, tự mình sẽ làm cho ngai vàng sụp đổ. Nếu ai cãi rằng nhiều vị Vương hầu xây dựng sự nghiệp hiển hách nhờ các chiến công, đều có tiếng là người hào phóng xưa nay, tôi trả lời ngay, có hai trường hợp: Một là vị Vương hầu ấy đã tiêu xài phung phí với tiền riêng của mình và tiền của thần dân, hai là tiêu tiền của kẻ khác. Trường hợp trên thì nên cần kiệm, còn ở trường hợp dưới cần phải chi tiêu thật rộng rãi. Vì vị Vương hầu mang quân đi chinh phục đất đai, cướp phá các Đô thị, thu nạp tài sản của địch, tức là những của cải cướp được ở tay người khác. Như thế càng phải chi tiêu cho rộng rãi, quân sĩ mới tùng phục mình. Theo gương Cyrus, César và Alexandire, khi chiếm đoạt được của cải, nên phân phát rộng rãi. Chi tiêu hào phóng với của cướp đoạt được không hại cho danh tiếng của ta, còn được thêm tiếng tốt nữa.

Ở đời, nếu cứ mang của riêng tiêu xài phung phí thì sẽ hao mòn đến hết sạch, cho đến bước cơ hàn khốn khó. Khi ấy muốn gỡ lại, tất phải giở thủ đoạn tham tàn để rồi chuốc lấy lòng oán ghét của nhân dân. Đã ở địa vị một Vương hầu, Chúa tể phải hết sức tránh lâm vào cảnh ấy. Vậy khôn hơn hết, cứ chịu mang tiếng keo kiệt mà không bị oán ghét, còn hơn chuộc lấy tiếng hào phóng để sau này phải mang tiếng tham tàn với ô danh cùng lòng oán hận của mọi người.

Chương 17

Độc ác để dân sợ
hay độ lượng để dân yêu

Vương hầu nào cũng muốn có tiếng nhân từ không độc ác. Nhưng lòng nhân từ cần phải thi thố cho đúng lối. Cesare Borgia đi có tiếng là người độc ác. Nhưng nhờ sự tàn ác của ông mà xứ Romagne được cải tiến, thống nhất, nhân dân trở nên trung thành và được sống trong thanh bình. Cân nhắc ta thấy Cesare Borgia còn nhân từ hơn là dân Florentins. Dân này chỉ vì muốn giữ tiếng nhân từ, tử tế đã để cho cả tỉnh Pistola phải bị tiêu diệt. Vậy một Vương hầu không nên sợ mang tiếng là tàn ác, khi cần phải giữ thần dân trong vòng đoàn kết và phục tùng. Kinh nghiệm cho thấy, như thế có đức nhân từ hơn làm ra vẻ thương dân lại để cho trật tự rối loạn rồi xảy ra những vụ cướp bóc giết chóc nhau lung tung trong dân chúng. Những biến cố này thường thiệt hại cho toàn thể nhân dân, còn những sự trừng phạt nghiêm khắc của Vương hầu chỉ đụng chạm đến những cá nhân mà thôi. Trong số các Vương hầu vị nào mới lên ngôi không sao tránh nổi tiếng nghiêm khắc, tàn ác được, vì ở những đất đai mới chiếm đóng có nhiều sự hiểm nghèo cần phải dẹp yên.

Nhưng vị tân Chúa không nên quá tự tin mà hành động hấp tấp, cũng không nên quá rụt rè e sợ, trái lại cần phải biết xử sự bình tĩnh ôn hòa, khôn khéo theo lòng nhân đạo. Phải tránh đừng quá tin người để mắc nhiều sơ hở và đừng đa nghi quá đến nỗi thành bất nhất không ai chịu tin theo nữa.

Đến đây, một cuộc tranh luận phát khởi để nhận định xem một vị Vương hầu để dân yêu và một vị để dân sợ, đằng nào có lợi hơn. Tôi trả lời ngay là cần cả hai thứ. Nhưng dung hợp cả hai thứ đó thật khó khăn vô cùng. Nếu chỉ được có một thứ, chắc chắn hơn hết là làm cho dân sợ mình còn hơn để cho dân yêu. Thường tình con người bội bạc và gian trá, tính tình thay đổi luôn, thấy nguy cơ thì sợ, thấy lợi thì ham. Khi còn thi ân được cho họ, họ hoàn toàn thuộc về ta, tỏ vẻ sẵn lòng cống hiến xương máu, tài sản, tính mệnh, con cái của họ cho ta. Nhưng chỉ được vậy khi họ thấy còn lâu ta mới cần dùng đến những thứ ấy. Khi trông thấy ta sắp cần tới họ, tức thì họ lẩn tránh ngay. Vị Chúa nào chỉ tin vào lời đường mật của họ mà không chuẩn bị đề phòng, rồi ra cũng sẽ đi đến bại vong. Những tình nghĩa gây nên do lợi lộc, tiền bạc không do lòng chân thành cao quý vô tư, thường chưa được thử thách trong lúc nguy nan bao giờ, nên khi ta cần tới, nó sẽ tiêu tan ngay. Con người lúc nào cũng sẵn sàng làm hại kẻ hiền lành khả ái hơn là kẻ có uy quyền ai ai cũng phải khiếp sợ. Tình nghĩa chỉ tồn tại do dây chuyền của ân huệ liên tiếp. Bản tính con người độc ác đến nỗi khi thấy trước mắt một tư lợi nào lớn hơn, tức thì sợi dây chuyền đó sẽ bị cắt luôn. Nhưng khi trí óc bị ám ảnh về những trừng phạt nghiêm khắc thì con người lại sợ hãi không dám hành động cẩu thả như vậy. Dù sao vị Chúa cũng phải biết cách làm oai cho dân sợ ở mức độ không phải cần dân yêu mến, nhưng phải tránh đừng để cho dân ghét. Chúa vẫn rất có thể có cả hai điểm: dân sợ uy quyền đồng thời không oán ghét mình. Muốn được như vậy cần phải tuyệt đối không cướp tiền, chiếm vợ của thần dân. Khi cần cũng nên chém giết một vài kẻ xấu, nhưng phải có lý do chứng cớ minh bạch. Trường hợp nào cũng vậy, tài sản của dân chúng phải được tôn trọng triệt để, vì con người có thể quên cái chết của cha đẻ nhưng không bao giờ quên sự mất mát tài sản của họ. Một vị Chúa đã lập tâm bóc lột nhân dân thì thiếu gì lý do để chiếm đoạt tài sản của họ. Muốn tìm lý do để xử tử một người dân còn dễ hơn thế nữa, việc này lại chóng bị quên lãng hơn.

Khi chỉ huy một đạo quân đông đảo, Chúa tuyệt đối không được sợ mang tiếng ác nghiệt. Có như vậy đạo quân mới thuần nhất trong kỷ luật sẵn sàng chiến đấu. Annibal là một danh Tướng có nhiều thành tích vẻ vang. Người ta kể lại, khi ông có trách nhiệm chỉ huy một đạo quân ô hợp rất lớn gồm binh sĩ nhiều nước chiến đấu ở hải ngoại xa xôi, không bao giờ xảy ra sự xích mích nội bộ hay một hành động phản bội nào. Được như vậy nhờ tính ác nghiệt đến vô nhân đạo của ông. Thêm vào nhiều đức tính khác nữa, lúc nào ông cũng được binh sĩ tôn trọng và kính sợ. Nhiều sử gia viết về ông, không khảo sát cặn kẽ, rất tán dương sự nghiệp của ông, nhưng lại chê trách những hành động tạo nên sự thành công này.

Một lãnh tụ nếu đã nghiêm khắc, dầu có nhiều đức tính tốt khác cũng không đủ. Ta lấy ngay Tướng Scipion làm tỷ dụ. Ông là một nhân vật nổi danh trong lịch sử, nhưng tại Tây Ban Nha, quân đội của ông nổi loạn chống lại ông. Lý do: ông là người quá hiền lành và nhân từ để cho binh sĩ tự do quá mức đến bất chấp cả kỷ luật binh pháp. Giữa Quốc hội, Nghị sĩ Fabius Maximus đã phải công kích ông là kẻ làm mục nát cả một đạo quân anh dũng của La Mã. Một chuyện nữa, dân Locrieno bị một viên Tùy tá của ông bóc lột và tiêu diệt mà ông không hề bảo vệ đám dân này và không hề trừng phạt viên Tùy tá đắc tội kia. Khi việc đưa ra xét xử, ông được tha thứ nhờ lời biện hộ này: "Trên đời có nhiều hạng người cũng giống như Scipion, chỉ biết giữ mình để không bao giờ sa ngã, hơn là trừng trị tội lỗi của kẻ khác". Với tính tình nhu nhược ấy, nếu Scipion được cầm quyền lâu dài, uy danh cũng chẳng còn. Nhưng may thay trên ông còn quyền hành của Thượng nghị viện La Mã, nên những lỗi lầm của ông không rõ rệt. Nhờ vậy, danh tiếng của ông vẫn còn.

Trở lại câu hỏi nên để cho dân sợ hay dân yêu, tôi kết luận người dân khi yêu là do ý thích thất thường của họ, khi sợ vì uy quyền của Chúa. Vị Chúa khôn ngoan cẩn trọng phải căn cứ vào mình, chứ đừng trông mong vào người khác. Một điều cần tâm niệm luôn là phải xử sự cho dân đừng oán ghét mình.

Chương 18

Quân vương và chữ tín

Chúng ta ai mà không khen ngợi những vị Chúa công giữ đúng lời hứa và sống trong liêm khiết, không mưu mô, xảo trá. Nhưng ở thời đại này, biết bao nhiêu vị Chúa tể làm nên sự nghiệp hiển hách mà chẳng đếm xỉa gì đến tín nghĩa, chỉ luôn luôn mưu mô lừa lộc nhân dân, thế rồi cũng có uy thế vượt cao hơn những bậc Vương hầu khác cố chấp giữ lấy chữ tín nghĩa.

Vậy ta phải xác nhận, có hai phương cách đấu tranh, một dựa trên luật pháp, hai dựa vào sức mạnh. Phương cách thứ nhất, phù hợp với bản tính của loài người, phương cách thứ hai có tính chất thú vật. Nhung trong cuộc đấu tranh, phương cách thứ nhất thường không đủ hiệu lực nên phải xử dụng phương cách thứ hai. Vị Chúa phải biết xử sự vừa như con vật vừa như thằng người. Quy luật này đã được giảng dạy cho các Vương hầu bằng các bản cổ văn bóng bẩy, kể rằng Achille và nhiều vị Chúa tể oai hùng thời xưa đã được nuôi nấng do một quái vật đầu người mình thú. Như thế đấng Quân vương phải biết xử trí tùy lúc, khi như loài người khi như loài vật. Nếu không, khó tồn tại lâu dài trên ngôi chúa tể được.

Trường hợp phải xử trí như loài vật, Chúa công phải vừa là Cáo vừa là Sư Tử. Sư Tử không để ý tới những lưới cạm quanh mình còn Cáo lại sợ Chó Sói. Vậy phải là Cáo để tránh lưới cạm, phải là Sư Tử cho Chó Sói kinh. Như vậy vị nào chỉ muốn làm Sư Tử thôi, thì thật quá ngây thơ.

Vị Chúa nào khôn ngoan không nên quan tâm đến những lời mình đã hứa trước, một khi sự thi hành đó có hại cho mình, hoặc khi lý do của lời hứa ấy đã lỗi thời và hết thực giá rồi. Nếu loài người ai ai cũng giữ đúng đạo lý, lời khuyến cáo của tôi trên đây thật là vô nghĩa. Nhưng khốn nỗi họ đều ác ôn cả; họ có giữ tín nghĩa với mình đâu, vậy cần gì mình phải khư khư giữ tín nghĩa với họ. Khi một vị Chúa định bỏ qua một lời hứa, thiếu gì cách biện bạch che đậy. Ở đời này thiếu gì những Lãnh chúa đã bỏ trôi qua chẳng chút mảy may thi hành những lời cam kết hứa hẹn. Với bọn cáo già ấy, các sự việc lại trôi chảy tốt đẹp. Nhưng phải hết sức khôn khéo che đậy, vờ vĩnh, vẽ hoa hòe hoa sói. Lại cũng nên biết loài người vốn có tính đơn giản để bị trào lưu lôi cuốn, cho nên kẻ nào định tâm lường gạt vẫn luôn luôn gặp được người tin theo.

Tôi lấy ngay một tỷ dụ sau đây, trong số hàng trăm, hàng ngàn thí dụ hiện hữu ở thời này: Giáo hoàng Alexandre VI lúc nào cũng nghĩ tới lừa bịp mọi người, luôn luôn cực lực cam đoan hết lời thề thốt, thế rồi lại nuốt lời, phản bội ngay đấy. Ngài có biệt tài ở môn này, nên những sự gian trá của Ngài vẫn có người tin nghe. Vậy Vương hầu không cần phải thật có đủ cả các đức tính đã kể trên, mà chỉ cần giả dạng là ta có đầy đủ. Tôi còn dám nói thêm nếu Vương hầu thật có đủ các đức tính ấy lại chỉ có hại thôi. Tốt hơn chỉ nên giả dạng có đủ các đức tính ấy. Cũng như giả dạng nhân từ, trung tín, nhân đạo, liêm chính, ngoan đạo, để rồi khi nào hữu sự ta có thể xử trí trái ngược hẳn lại. Ta nên nhớ một Vương hầu khi mới lên ngôi không thể nhất nhất theo con đường toàn thiện được, bởi vì trong công cuộc xây dựng vững chắc uy quyền, nhiều khi bắt buộc phải hành động trái lời hứa cũ, vô nhân đạo, bất lương, phản lại lời dạy của đạo giáo. Vậy phải luôn luôn sẵn sàng quay theo chiều gió, tùy cơ ứng biến, cố đi sát con đường thiện, nhưng khi cần chớ ngại bước vào đường ác.

Bậc Vương hầu phải thận trọng lời nói, luôn luôn biểu lộ đủ năm đức tính kể trên sao cho người đối thoại cảm thấy mình giàu lòng nhân từ, trọng tín nghĩa, giữ liêm khiết và tôn sùng đạo giáo, nhất là điểm sau cùng này. Loài người đa số nhận xét bằng mắt chứ không bằng tay ít khi thâm hiểm. Ai ai cũng nhìn thấy hào quang của ta chứ ít ai hiểu tới nội tâm ta. Thiểu số biết thấu con người thật của ta cũng chẳng dám công nhiên phản đối dư luận của đa số kia, huống hồ phía đa số lại được chính quyền hỗ trợ. Muốn phê phán những hành động của con người, nhất là của các Vương hầu, không có tòa án nào quyết đoán trước được; ta chỉ có thể xét đoán do kết quả tốt xấu của nó thôi. Vương hầu phải đặt cho mình mục đích chiến thắng đối phương và nắm vững uy quyền.

Để đạt tới đích này, mọi phương tiện đều đáng được tuyên dương tán thưởng. Đa số dân chúng là những kẻ tầm thường chỉ biết nhận xét bề ngoài các sự việc; khi đã có đa số này ủng hộ rồi, là cần gì đếm xỉa tới cái tối thiểu đối lập nữa. Hiện nay tôi biết có một Vương hầu, tôi xin giấu tên luôn luôn gào thét nào Hòa Bình nào Tín Ngưỡng; nhưng thâm tâm ông chẳng ưa gì hai tiếng đó. Thực tế, tôi biết rõ nếu ông quả thật thành tâm yêu chuộng hai tiếng đó, ông đã tiêu ma cả uy quyền lẫn cơ nghiệp rồi.

Chương 19

Tránh để dân ghét và khinh bỉ

Ở chương trên, tôi đã đề cập tới nhiều đức tính hệ trọng của bậc Vương hầu, nay tôi bàn sơ qua về những đức tính phụ khác. Tỷ như Vương hầu phải có tránh những việc làm có thể gây lòng oán hận và khinh khi của dân chúng. Nếu giữ vững được tôn chỉ ấy, Vương hầu cứ đàng hoàng thi hành sứ mệnh khỏi lo mang các tiếng xấu khác.

Trên trăm ngàn việc, điều khiến cho dân oán ghét nhất là việc bóc lột tài sản, cậy sức mạnh chiếm đoạt thê thiếp của thần dân, Vương hầu tuyệt đối phải tránh hai điều đó. Đối với người dân, khi tài sản, danh dự họ được an toàn, họ sẽ sống cuộc đời bình thản thoải mái, Vương hầu chỉ còn phải đối phó với tham vọng của một thiểu số thôi. Triệt hạ bọn thiểu số này, thật chẳng còn gì khó khăn nữa.

Dân biểu lộ sự khinh khi với Chúa, khi Chúa tỏ ra người tính khí thất thường, nhẹ dạ, tính tình phụ nữ nhút nhát, ba phải. Chúa phải tránh những điều đó, như con thuyền lẩn tránh những mỏn đá ngầm ngoài bể khơi, và cố gắng trong những hoạt động hằng ngày, biểu lộ thể cách huy hoàng, long trọng, tính tình nghiêm nghị cường tráng. Đối phó với những âm mưu ty tiện riêng tư của bọn hạ thần, quyết nghị của Chúa ban bố phải được tuyệt đối tôn trọng. Tóm lại ở quanh Chúa phải có luồng dư luận không kẻ nào lừa bịp quay quắt với Chúa được.

Khi vị Chúa đã tạo được uy tín như thế cho cá nhân mạnh, uy danh sẽ lừng lẫy. Kẻ thù sẽ không thể dễ dàng âm mưu lật đổ, hoặc tấn công được; ít ra họ cũng phải biết Chúa là người nay đã được toàn dân kính sợ. Tuy nhiên Chúa cũng vẫn phải đề phòng hai phía: Nội loạn và ngoại xâm. Chống ngoại xâm cần có binh lực mạnh cùng sức ủng hộ của các đồng minh tốt. Nếu binh lực mạnh dĩ nhiên sẽ có đồng minh tốt. Khi ngoại vụ được êm đẹp tất nhiên nội vụ cũng sẽ được bảo đảm vững mạnh, trừ trường hợp bất ngờ của một cuộc phản nghịch. Nếu Chúa biết điều chỉnh cách sinh hoạt và xử sự theo đường lối tôi đi phát họa như trên đây, dù có ngoại bang nào chực mưu tính tấn công, Chúa chỉ cần can trường là có thể chống đỡ được. Như trường hợp của Nabis xứ Sparter tôi đã có dịp kể.

Khi mối bang giao với ngoại nhân được êm đẹp rồi, Chúa chỉ còn phải e ngại bọn cận thần thông đồng bí mật với nhau, mưu mô phản loạn. Chống lại âm mưu này, Chúa sẽ nắm chắc phần thắng, nếu thường nhật Chúa không làm cho ai oán ghét, khinh khi và dân chúng hết lòng mến chuộng. Đó là phương thuốc linh nghiệm nhất, vì kẻ phản bội khởi loạn giết Chúa thường cho rằng hành động của họ sẽ làm đẹp lòng dân. Khi đoán chừng lòng dân không thuận theo, quyết nhiên họ không dám liều lĩnh hành động, nếu cứ làm, họ sẽ gặp trăm nghìn trở ngại khó khăn. Kinh nghiệm cho ta thấy biết bao nhiêu cuộc phiến loạn đã xảy ra, nhưng chỉ số ít được thành công. Lý do không ai một mình đơn thương độc mã mà khởi loạn được. Khi cần phải rủ rê người này người khác nữa, chắc ai đích thực cùng có mối bất mãn căm hờn như mình? Nhiều khi mình thổ lộ âm mưu phản loạn cho một kẻ bất mãn thật, nhưng chẳng may kẻ này lại lợi dụng ngay cơ hội để mua chuộc lại lòng tin của Chúa bằng cách đi tố cáo tội trạng của mình cho Chúa biết; tất nhiên nó sẽ được hưởng tất cả những gì nó hằng mong muốn. Trước một đàng trông thấy lợi chắc chắn, một đàng mối lợi còn bấp bênh nguy hiểm, người bạn đồng đội của mình trong cuộc dấy loạn phải là người bạn chí thân với mình, hoặc là kẻ thù bất cộng đái thiên với Chúa, ta mới hoàn toàn tin cậy được: Tóm lại trong lúc khởi sự, kẻ phản loạn bao giờ cũng hốt hoảng, vì sợ hãi những hình phạt có thể đến cho mình sau này, và lòng nghi kỵ xung quanh mình. Trong khi về phần Chúa, lúc nào cũng vẫn có uy quyền, luật pháp phương tiện của Quốc gia che chở cho Ngài. Nếu Chúa lại được nhân dân mến thương, thật khó có kẻ dám dấy loạn lật Chúa. Sau đó còn phải sợ những biến cố bất trắc xảy ra, và sợ nhất nhân dân lại trở thành thù nghịch với mình, lúc ấy thật hết đường thoát thân.

Có rất nhiều thí dụ lịch sử chứng minh những biến chuyển kể trên, nhưng ở đây tôi chỉ kể làm thí dụ một việc đã xảy ra ở thế hệ ông cha chúng ta:

Ông Annibal Bentivogli (ông nội của Tướng Annibal đương kim) khi đang ở ngôi Chúa cai trị xứ Bologne bị bọn phản thần Canneschi dấy loạn sát hại hết dòng họ Chúa, chỉ còn sót lại một đứa trẻ sơ sinh nằm quên trong võng. Sau cuộc khởi loạn tàn sát này, dân chúng xúc động nổi dậy chém giết hết bọn phản loạn Canneschi. Dân chúng thương dòng nhà Chúa đến mức sau cái chết của Annibal không thấy còn người trong Vương tộc đủ lớn khôn để trị vì. Chỉ nghe nói còn một người thuộc dòng họ Chúa trong lúc rối ren đã lạc sang xứ Florence làm con nuôi một anh thợ rèn, dân Bologne bèn sai người tìm kiếm kỳ được người này mang về. Họ lập một chính phủ tạm thời cai trị chờ cho đến khi cậu Jean (tên đứa trẻ) đến tuổi đưa lên ngôi trị vì làm Chúa nắm giữ thực quyền.

Kết luận Chúa: không nên quá sợ những cuộc khởi loạn phản bội, miễn Chúa biết giữ dân làm bạn. Khi dân không quý mến mà lại oán ghét, Chúa sẽ luôn luôn sợ cả mọi người. Cho nên trong những Quốc gia có tổ chức nghiêm chỉnh, những vị Chúa tể xử sự để cho lớp nhân sĩ quyền thần tôn kính, tin tưởng, thỏa mãn nguyện vọng của dân chúng cho họ được vui lòng. Đó là nhiệm vụ quan trọng của Chúa.

Nước Pháp là một nước ai cũng biết hiện nay có nền cai trị thật chỉnh tề. Ta thấy trong nước biết bao tổ chức pháp lý hoàn hảo; dựa vào đó Pháp vương trị vì rất đàng hoàng, và vững mạnh. Trong số những tổ chức công quyền ấy, ta phải kể hàng đầu là Viện Dân Biểu (hay Nghị viện), với thẩm quyền thật lớn lao. Những luật gia sáng lập ra thể thức chính quyền này, một mặt hiểu rõ những tham vọng và thái độ ngạo mạn của bọn quyền phiệt, nên thấy cần phải đặt cái thắng kìm hãm bớt mồm mép chúng lại. Mặt khác họ biết rõ nỗi căm hờn nhưng e dè sợ hãi của dân chúng đối với bọn quyền phiệt. Muốn bảo đảm quyền lợi cho khối dân chúng, các luật gia đã nghĩ cách không để Vua phải ra mặt bênh vực dân chúng, sợ bọn quyền phiệt căm hờn; cũng không phải tỏ lộ ý chí nâng đỡ bọn quyền phiệt, sợ bọn bình dân bất mãn. Cách ấy là việc sáng lập ra một đệ tam Thẩm quyền (Nghị viện). Khi do Vua có thể xử dụng tổ chức đệ tam Thẩm quyền này để đập kẻ lớn, bênh vực người nhỏ. Chế độ này thật hoàn hảo, khôn ngoan giúp cho địa vị Ngai Vàng và Vương quốc được vững chắc. Ta có thể rút ra từ đấy một danh ngôn bất hủ: Chúa nên để cho người khác giữ vai trò thi hành những nhiệm vụ có thể gây oán thù và đích thân Chúa chỉ giữ lấy những vai trò thi ân phát huệ.

Một lần nữa tôi kết luận: Chúa phải nương nhẹ bọn cận thần quyền quý, nhưng đối với dân chúng phải biết cách cư xử sao cho họ không oán ghét mình.

Nhiều người công phu theo dõi lịch sử cuộc đời các Hoàng đế La Mã, đã nói có nhiều việc xảy ra trái ngược với tư tưởng tôi trình bày trên đây. Họ kể có vị Hoàng đế suốt đời cư xử rất chu đáo lại thêm có đủ tài năng, thế mà rồi cũng bị mất cả đất nước, hoặc bị giết hại do chính thần dân trong nước phản lại. Vậy muốn giải thích minh bạch những nghi vấn ấy, tôi phê bình sơ lược dưới đây đặc tính của dăm ba vị Hoàng đế La Mã ấy, phân tích lý do sự suy đổ của họ, lý do không khác mấy đối với những điều tôi đã nói. Tôi sẽ đề cập tới những sự kiện xác đáng để lưu ý những người thông hiểu lịch sử thời đó. Tôi chỉ nói tới triều đại các Hoàng đế từ Marc Aurèle le philosophe đến Maximin (tức là những vị này: Marc, Commode (con Marc) Perlinax, Julien, Sévère, Antonin, Caracalla (con Antonin), Macrin, Héliogabale, Alexandre và Maximin. Trước hết, ta cần nhớ ở các nước khác, (ngoài Đế quốc La Mã), vị chúa tể chỉ phải đối phó hai mặt: Một là lòng tham của bọn quyền phiệt, hai là phong trào bất mãn của giới bình dân. Riêng Đế quốc La Mã, các vị Hoàng đế còn phải đối phó với một khó khăn thứ ba nữa, là chịu đựng những hành động tàn ác của binh sĩ. Nhiều vị Hoàng đế đã bị diệt vong vì không sao thỏa mãn được binh sĩ lẫn nhân dân. Nguyên do nhân dân vốn vẫn yêu chuộng hòa bình và cuộc đời yên tĩnh, họ quý mến những vị Chúa khiêm nhượng hiếu hòa. Còn binh sĩ thì thích những vị Chúa hiếu chiến hung hăng, tàn ác và tham lam, bóc lột. Họ muốn Chúa xử trí với dân như vậy để họ kiếm chác, hưởng lợi, thỏa thích lòng tham và thú tính độc ác của họ. Do đó những vị Hoàng đế nào không có cá tính và kỹ thuật, lại không có đủ uy danh để kiềm chế được cả hai phe thì thế nào cũng bị diệt vong. Phần nhiều các vị Hoàng đế, nhất là các vị mới lên ngôi đứng trước khó khăn phải điều hòa hai tâm trạng tương phản của hai phe, thường quay theo chiều thỏa mãn bọn binh sĩ đã hà hiếp nhân dân. Nếu nghiên về một phe, Chúa không sao tránh khỏi bị một phe ghét, tất nhiên phải lao tâm khổ trí tìm cách làm vừa lòng cả hai phe. Nhưng vô kế khả thi, Chúa đành phải ngã theo chiều chuộng phe nào có sức mạnh. Vì thế những tân Hoàng khi cần nắm ngay ưu thế đều phải kết thân với binh sĩ hơn là với dân chúng. Điều đó mang lại hậu quả xấu tốt tùy ở uy tín riêng của Hoàng đế đối với họ. Do đó, ta thấy những Hoàng đế Marc Pertinax và Alexandre, là những nhân vật có tư cách, rất khiêm tốn, có lòng yêu công lý, ghét sự tàn ác, mà cũng phải chết thảm thương, chỉ trừ có Marc còn được sống chết trong danh dự vì đã lên ngôi do hệ thống Thế tập, chứ không phải nhờ tới công ơn của binh sĩ và nhân dân. Vả lại ông là người đạo đức nên ai ai cũng phải tôn kính. Suốt đời ông lo kiềm chế cả hai phe, không hề bị oán ghét hoặc khinh khi. Còn Pertinax khi lên ngôi Hoàng đế bị sự chống đối của quân sĩ. Bọn này quen sống bừa bãi, lộng hành như dưới triều Tiên đế Commode, không chịu nổi cuộc đời lương thiện mà Pertinax ghép họ vào. Vì thế họ nung nấu trong lòng sự oán ghét và còn khinh khi Hoàng đế vì Ngài quá già nua. Vì thế Pertinax trị vì chẳng được bao lâu đã bị diệt vong.

Đến đây, ta nên nhớ có khi mình làm điều hay cũng bị ghét như khi làm điều dở. Cho nên, như tôi đã nói trên, nếu Chúa muốn nắm vững chính quyền, nhiều khi bắt buộc không thể nhân từ. Bởi vì muốn củng cố địa vị Chúa phải cần sự ủng hộ của những tập đoàn nhân dân, tập đoàn quân sĩ, tập đoàn quyền phiệt. Khi cần tới một tập đoàn nào, mà tập đoàn đó đã thối nát, Chúa đành phải đồng lõa để họ thỏa mãn lòng tham. Trong hoàn cảnh đó, dù có làm điều hay cũng không phải là thượng sách. Đến như Hoàng đế Alexandre, thật là một người nhân từ, được tán tụng đủ điều, nhất là suốt trong 14 năm trị vì Đế quốc, Ngài không giết hại một tội nhân nào trước khi pháp luật xét đoán công minh. Nhưng Ngài lại có tính tình éo lả như đàn bà, để các việc triều chính cho Đức Mẫu hậu điều khiển, nên Ngài bị khinh khi, rồi quân sĩ nổi dậy chống đối và sát hại.

Trái lại, thảo luận tới những đức tính của các Hoàng đế khác như Commode, Sévère, Antonin, Caracalla và Maximin, ta thấy các vị này đều tàn ác, hay bóc lột, hà hiếp khinh miệt nhân dân để mua chuộc, lấy lòng bọn binh sĩ. Các vị Hoàng đế này rồi cũng bị diệt vong thảm bại, chỉ trừ có Hoàng đế Sévère. Sévère là người nghiêm khắc, đôi khi có hà hiếp nhân dân để chiều chuộng binh sĩ nhưng vẫn ở yên được trên ngai vàng. Bởi vì Hoàng đế là người toàn thiện, toàn hảo, nên cả binh sĩ lẫn nhân dân đều kính phục tôn sùng như thần thánh. Một vị Hoàng đế mới lên ngôi mà được như thế, quả thực Ngài đã khéo léo đóng được cả hai vai trò Sư Tử lẫn Cáo rừng. Như tôi đã nói ở đầu chương, vị Chúa nào cũng cần bắt chước hai con thú ấy. Khi Sévère còn là vị chỉ huy một đạo quân ở tỉnh Esclavonie, biết Hoàng đế Julien - kế vị Pertinax - là người nhu nhược, ông liền kích thích quân sĩ, bảo nên kéo về La Mã báo thù cho cựu Hoàng Perlinax vừa bị đoàn cận vệ giết chết.

Dưới danh nghĩa ấy, ông bất thần xuất quân kéo về thành La Mã. Ông không mảy may tỏ ý muốn chiếm đoạt ngai vàng Hoàng đế. Lọt được vào Thành, Quốc hội khiếp sợ bèn bầu ông lên ngôi và lên án tử hình Hoàng đế Julien. Sau khi tại vị, ông muốn làm Chúa tể trên toàn lãnh thổ Đế quốc, nhưng gặp ngay hai việc rất khó giải quyết: ở phía Đông, trên phần đất thuộc Á Châu, Tướng Niger chỉ huy tối cao đạo Á binh, tự phong làm Hoàng đế. Mặt khác, ở phía Tây Tướng Albin cũng đang mưu mô việc tương tự. Sévère cảm thấy nguy hiểm vô cùng nếu một lúc đối địch với cả hai kẻ thù. Ông bèn lập kế, một mặt tấn công Tướng Niger, mặt khác tìm cách lừa dối Albin. Ông gởi ngay một bức quốc thư báo cho Albin biết ông được bầu lên ngôi Hoàng đế và ông muốn chia xẻ vinh dự ấy với Albin, kèm theo cả quyết nghị của Quốc hội phong Albin vào chức Phụ Chánh gần ngôi Hoàng đế. Nhận được quốc thư và chức tước, Albin tưởng là sự việc đàng hoàng thẳng thắn, chấp thuận ngay, không chút do dự. Sau khi Sévère thắng trận, hạ sát được Niger và ổn định được tình thế ở Đông phương, ra trước Nghị viện, ông lớn tiếng chê trách Albin là người vong ân bạc nghĩa đang mưu mô ám hại ông, nên ông ở tình thế bắt buộc phải trị tội Albin. Ông liền kéo quân đến tận đất Gaule, phá tan chính phủ địa phương và bắt giết Albin.

Xét kỹ sự nghiệp của Hoàng đế Sévère ta thấy ông dữ như Sư Tử và láu như Cáo rừng, khiến cho thiên hạ vừa kinh sợ vừa tôn sùng, và không lúc nào bị quân sĩ oán ghét. Không ai ngạc nhiên về việc xuất thân từ giới bình dân mà ông lại có thể nắm giữ được quyền thống trị trên một Đế quốc hùng mạnh như vậy. Uy danh ông lớn đến mức ông thường thi hành chính sách bóc lột nhân dân thế mà không ai nghĩ tới oán hờn. Đến triều đại con ông là Antonin, cũng là người có nhiều tính tốt, đáng kính đối với nhân dân và khả ái đối với quân sĩ. Là một chiến sĩ thuần túy chịu đựng được gian lao, không mấy lưu tâm tới ngôn ngữ văn vẻ, tới cuộc đời khoái lạc cùng những dáng điệu hào hoa nên ông được toàn thể quân sĩ yêu mến. Nhưng tính khí hung tợn và tàn ác của ông lại tới mức cao độ. Ông đã đang tay sát hại một số dân chúng thành La Mã và gần hết dân thành Alexandrie. Đến lúc mọi người đều oán ghét; cả bọn người ở quanh ông cũng phải kinh hãi. Rồi ngày kia, ông bị một tên Đội trưởng hạ sát ngay giữa đám binh sĩ của ông.

Ở điểm này, ta nên nhớ những cuộc mưu sát kiểu như trên do sự quyết tâm thi hành của một kẻ liều chết nên Vua Chúa nào cũng khó lòng thoát được. Điều cần là thường nhật phải tự kiềm chế, đừng đường đường sỉ nhục, thóa mạ thậm tệ một cá nhân nào trong bọn cận thần phụng sự quanh mình. Trường hợp Hoàng đế Antonio trên đây, trước kia Ngài đã xử tử nhục nhã anh ruột của tên Đội trưởng thích khách này. Ngài còn để tên này trong đoàn quân cận vệ, lại thêm ngày nào cũng thóa mạ đe dọa nó nữa. Thật là một lầm lỗi lớn lao đã đưa Ngài đến cái chết bi thảm.

Bây giờ ta nói tới Commode, con đẻ của Hoàng đế Marc, lên ngôi do hệ thống Thế tập. Tân Hoàng

Commode có thể nắm vững quyền hành cai trị Đế quốc rất dễ dàng, Ngài chỉ cần theo đường cũ của Tiên hoàng xử trí cho đẹp lòng dân và binh sĩ. Nhưng Ngài bẩm sinh tính ác độc, muốn thỏa mãn sự hăng say bóc lột tài sản nhân dân. Ngài khởi sự lôi kéo toàn thể quân sĩ về mình và thi ban cho họ rất nhiều đặc quyền, ân huệ. Mặt khác, cách xử sự của Ngài lại bê bối không đúng với địa vị cao sang. Tác phong của Ngài không được nghiêm chỉnh (nhiều lần Ngài nhảy đại xuống đấu trường thi tài với bọn giác đấu và còn làm những trò chơi hạ tiện không đáng với các bậc Vương giả). Vì thế Ngài trở nên một nhân vật đáng khinh dưới mắt quân sĩ. Dần dần Ngài vừa bị oán ghét, vừa bị khinh bỉ, đến ngày kia, trong một cuộc khởi loạn, Ngài bị giết chết.

Đến đây, phải phê bình đến đặc tính của Hoàng đế Maximin. Ngài là một nhân vật hung hăng hiếu chiến. Dưới triều đại Alexandre (tôi đã có dịp đề cập tới), toàn thể quân sĩ bất mãn vì sự nhu nhược của Hoàng đế nên sau khi Alexandre băng hà, họ đồng lòng bầu Maximin lên ngôi. Nhưng sau, Maximin lại sớm mất ngôi là vì hai lý do: Một là ông xuất thân từ trong giới hạ lưu xã hội. Lúc thiếu thời ai cũng biết ông là một tên chăn cừu, nên thiên hạ vẫn tỏ ra khinh bỉ ông. Hai là, trước khi vào thành nhận lễ đăng quang, ông đã có tiếng là con người tàn ác. Sau khi nắm vững binh quyền ông dung túng bọn quan lại trong nội thành La Mã và ngoài các địa phương thi hành những thủ đoạn tàn ác. Toàn dân đều vừa phẫn nộ về dòng giống ty tiện của ông, vừa oán ghét ông đến cực độ vì không khí kinh hoàng do những thủ đoạn tàn ác của ông gây nên. Bắt đầu Phi Châu khởi loạn, rồi Quốc hội cùng dân chúng nội thành La Mã, dân chúng toàn lãnh thổ Ý quốc cũng nổi dậy chống đối. Thêm vào đó quân đội đương vây thành Aquilée gặp nhiều khó khăn, cũng tỏ lòng phẫn nộ trước tà tâm của Hoàng đế. Họ kinh sợ Hoàng đế vì Ngài bị bao kẻ thù tấn công các mặt, nên quay đao làm phản và hạ sát ông.

Tôi khỏi cần nói đến các vị Hoàng đế sau như Héliogabale, Macrin và Julien, vì họ toàn là những người đáng khinh bỉ, nên triều đại của họ đi bị hủy diệt lẹ như trở bàn tay.

Bây giờ tôi xin kết luận chương này: Ở thời đại này, các vị Chúa không gặp mấy khó khăn trong cách đối xử với quân đội. Tuy lúc nào Chúa cũng phải nể vì họ nhưng khi hữu sự vẫn có thể thắng được họ dễ dàng. Ngày nay, không giống như thời đại Đế quốc La Mã, Chúa không còn đạo quân gồm toàn binh sĩ có nguồn giống cội rễ ở từng địa phương liên kết chặt chẽ với những Tiểu chính phủ ở nơi đó. Trong trường hợp này Chúa cần chiều chuộng binh sĩ hơn là nhân dân, vì họ có thể mạnh hơn dân. Ngày nay tình thế ngược lại, thì Chúa cần phải lấy lòng dân hơn là binh sĩ, vì dân trở nên mạnh hơn; trừ trường hợp của Le Grand Tare (Đại đế Thổ Nhĩ Kỳ) và xứ Soudan. Sở dĩ Đại đế Thổ Nhĩ Kỳ ở ngoài quy luật vì Ngài giữ vững được an ninh và uy lực của Đế quốc là nhờ ở đạo quân gồm 12.000 bộ binh và 15.000 kỵ binh được dung dưỡng dưới trướng trong tình thân ái. Ngoài ra Ngài không cần nghĩ tới ai nữa. Cũng như xứ Soudan, toàn lãnh thổ do quân đội nắm quyền thống trị, chính phủ chỉ chiều chuộng binh sĩ, không cần đếm xỉa tới nhân dân. Ta nên nhớ xứ Soudan có tính cách khác biệt các Vương quốc khác, vì nó tương tự như Giáo hội Công giáo. Xứ này không thể so sánh với một Vương quốc có chế độ Thế tập hay một Vương quốc Tân Lập được, bởi vì con cháu của các cựu Hoàng không thể kế nghiệp lên ngôi Hoàng đế được. Ngai vàng chỉ dành cho người được cử tri đoàn hợp thức bầu lên. Chế độ này tồn tại từ xưa tới nay, nên khi bầu xong một vị tân Hoàng đế, người ta không thể gọi xứ ấy là một Vương quốc Tân Lập được. Ở đây vì thế không thấy xảy ra những khó khăn như ở các xứ mới thành lập. Một điều nữa là khi tân Hoàng mới lên ngôi, nhưng chính phủ vẫn là cơ cấu có tổ chức sẵn sàng trước lễ Đăng Quang của tân Hoàng, cho nên tân Hoàng đầy đủ tư cách như một vị Hoàng đế kế vị do Thế tập đưa lên.

Đến đây, tôi xin trở lại chủ đề của chương này. Quý vị nào suy xét kỹ luận thuyết trên đây sẽ thấy rõ oán ghét và khinh bỉ là căn nguyên sự suy vong của mấy vị Hoàng đế kể trên. Ngoài ra còn biết thêm vì sao một số Vương hầu cai trị theo cách này, một số cai trị theo cách khác hẳn, có vị được hưởng cuộc đời sung sướng đến cùng, cũng có vị thì cuộc đời kết thúc một cách thê thảm. Ví dụ: Pertinax và Alexandre là những vị tân Hoàng, lại cai trị theo cách của Marc một Hoàng đế lên ngôi do Thế tập, thì thật vô ích và còn tai hại nữa. Như Caracalla, Commode và Maximin lại đi bắt chước Sévère thì thật nguy hiểm, vì mấy vị ấy làm gì có đủ tài năng để noi theo Sévère được.

Một vị tân Hoàng lên ngôi trị vì một Vương quốc Tân Lập, không thể bắt chước hoàn toàn như Marc, cũng không thể nhất thiết theo gương của Sévère được: Chỉ có thể lấy ở Sévère những đức tính thao lược trong công trình lập quốc, lấy ở Marc những điều hữu ích cho công cuộc duy trì và củng cố sự thanh bình vinh quang của một Vương quốc vốn sẵn có từ xưa một trạng thái quân bình vững chắc.

Chương 20

Công tác xây cất thành trì doanh trại

Nhiều Vương hầu muốn nắm vững uy quyền Quốc gia bèn tước hết khí giới của thần dân, cũng có vị giữ lại từng phe từng nhóm ở các Đô thị. Một số Vương hầu lại tự gây những mối ác cảm trong dân chúng. Số khác có lấy lòng những phần tử có thái độ lừng khừng khi mới lên ngôi. Vương hầu này thích xây thành đắp lũy, Vương hầu khác thích san bình địa các thành lũy cũ. Đối với những sự việc kể trên, dù chỉ có thể nhận định riêng theo tính chất của từng Quốc gia, tôi cũng xin phê bình một cách tổng quát theo tính cách tương đồng của đề tài.

Vậy tôi thiết nghĩ, một tân Chúa không bao giờ nên tước khí giới của thần dân. Trái lại, khi thấy họ không có đủ còn phải cung cấp thêm nữa. Chúa có thể tin chắc những dân mới được mang khí giới là lính của mình. Cũng nhờ thế bọn binh sĩ cũ lừng khừng sẽ trở nên trung thành, cho đến bọn khả nghi cũng vậy. Sau cùng tất cả thần dân sẽ trở thành lính của Chúa hết.

Trên thực tế, Chúa không thể nào cấp khí giới cho tất cả thần dân được, nhưng sự khoái trá của thiểu số được cấp phát khí giới sẽ giúp Chúa cai trị số dân còn lại một cách vô cùng vững vàng. Cách đối xử tuy có khác biệt, nhưng toàn thể nhân dân sẽ thông cảm và trở nên một đoàn người mang ơn Chúa. Họ không giận hờn vì họ sẽ xét biết ai được Chúa thi ân cho cầm súng là người có giá trị và phải gánh nhiều trách vụ, nhiều nguy hiểm hơn. Vì vậy nếu Chúa tước hết khí giới, họ sẽ coi như Chúa làm nhục họ. Họ sẽ nghĩ Chúa nghi lòng trung thành của họ, hoặc cho họ là bọn hèn nhát, hay phản loạn. Hai ý nghĩ ấy sẽ gây nên sự oán ghét Chúa. Sự thực Chúa bao giờ cũng phải có lính, nếu không tin dùng dân, Chúa sẽ phải tuyển mộ bọn lính đánh mướn. Giá trị bọn này thế nào, tôi đã trình bày ở một chương trên. Nếu bọn này quả giỏi thật, Chúa liệu có đủ quân số để chống những kẻ thù hùng mạnh và thanh lọc những phần tử khả nghi trong hàng ngũ thần dân không?

Vậy, tân Chúa trị vì một tân Quốc phải luyện nhân dân thành binh sĩ. Lịch sử đã có biết bao thí dụ chứng minh những sự việc trên đây. Nhưng khi Chúa vừa sáp nhập thêm Tỉnh mới vào Chính quốc, thì cần phải tước khí giới bọn quân nhân ở Tỉnh này, trừ những phần tử từ đầu đã tỏ ra trung thành với Chúa. Một thời gian sau, có dịp biến họ thành ươn hàn, yếu đuối dần đi. Để cai trị toàn lãnh thổ, Chúa chỉ cần tới lực lượng quân chính quy được dung dưỡng gần mình tại Chính quốc.

Các bậc tiền nhân mà chúng ta nên tôn sùng như hiền triết đã dạy: Nếu muốn giữ xứ Pistoie là phải gây nên trong nội bộ những cuộc tranh chấp giữa các phe nhóm và nếu muốn giữ xứ Pise, phải xây thành đắp lũy. Cho nên khi muốn đô hộ, chiếm cứ dễ dàng một xứ, tỉnh nào tiền nhân là đều lập mưu gây mối bất hòa trong nội bộ nơi đó. Kế hoạch này có lẽ đã hiệu nghiệm trong thời gian nước Ý đang ở tình trạng nghiêng ngả. Ngày nay, tôi tưởng thủ đoạn chia rẽ để dễ cai trị không có ích lợi gì nữa. Ví dụ địch quân định xâm chiếm một lãnh thổ nào khi mới tiến đến biên thùy đã thấy cảnh nổi loạn rối ren ở trong, chắc chắn xứ này sẽ thất thủ ngay, vì lúc đó phe yếu thế sẵn sàng bắt liên lạc với quân địch. Còn lại phe kia dù có mạnh mấy cũng không thể một mình đương đầu nổi.

Dân tộc Vénitiens từng hiểu những nguyên lý trên đây trong thời gian nắm quyền thống trị nhiều đô thị, đã rắp tâm dung dưỡng hai phe, phe Guelfes và phe Gibelins. Tuy không bao giờ thúc đẩy hai phe chống đối nhau đến đổ máu, nhưng thường xuyên gây mối bất hòa giữa hai phe, với mục đích phá vỡ sự đoàn kết của họ để họ không đủ sức mạnh chống lại mình. Nhưng rốt cuộc kinh nghiệm cho ta thấy thủ đoạn ấy không mang lại kết quả tốt đẹp. Bởi vì, sau khi người Vénitiens bị một phen bại trận trước thành Vaila, một vài xứ dưới quyền đô hộ của họ đã phấn khởi, mạnh bạo nổi dậy tranh thủ lại nền độc lập. Những phương cách đó tố cáo sự yếu kém của một Quốc gia. Một Vương quốc lớn mạnh không bao giờ nên tạo ra những cuộc tranh chấp, rối ren chia rẽ giữa các bè phái. Những thủ đoạn này chỉ dùng được trong thời bình để dễ cầm đầu, sai khiến nhân dân. Đến khi chiến tranh bùng nổ, thủ đoạn này không phải là một kế hoạch bảo đảm thành công.

Điều chắc chắn là Vương hầu, sau khi hoàn tất được nhiều công nghiệp, và diệt trừ được hết những mũi dùi hướng về mình, đương nhiên có uy danh lừng lẫy. Do đó nếu thần số mệnh muốn giúp cho một tân Chúa mau trở thành vĩ nhân, thì xui khiến trong xứ hiện lần những kẻ địch lặt vặt, những âm mưu chống đối, để Chúa có dịp ra tay tiêu diệt, xem như những nấc thang cho Chúa leo dần lên danh vọng tối cao. Nhiều người vẫn còn nghĩ rằng vị Chúa nào khôn ngoan phải tự tạo ra những vụ chống đối để có dịp thẳng tay diệt trừ, ngõ hầu được tiếng tăm và tán thưởng của mọi người.

Các Vương hầu, nhất là các vị tân Vương, lúc vừa nắm quyền thường nghi kỵ một số quần thần mới. Về sau lại thấy bọn này trung kiên hơn bọn cũ đã được tin tưởng lúc đầu. Thí dụ Pandolphe Petrucci, Vương hầu xứ Sienne, cai trị hoàn toàn dựa vào bọn quần thần mà lúc đầu ông nghi ngờ hơn người khác. Nhưng điểm này không thể bất di bất dịch, có thể thay đổi tùy từng trường hợp. Tôi chỉ xin kể việc sau nay: lúc đầu tân Chúa mới lên ngôi, có những kẻ đứng ngay về phe đối lập. Nhưng rồi họ lâm vào thế yếu dần. Khi ấy tất nhiên họ cần phải có kẻ nâng đỡ thì mới sống yên được. Lúc này tân Chúa thu dụng được họ rất dễ dàng, và họ sẽ phải phục vụ với tất cả lòng trung thành. Họ tự xét phải ra sức đoái công chuộc tội để xóa bỏ những thành kiến xấu của mọi người đối với họ. Thu dụng những hạng người này, tân Chúa sẽ có lợi hơn bọn cận thần cũ, là những kẻ nhờ bám vào những địa vị vững chắc rồi, nên phục vụ với tinh thần uể oải tắc trách.

Nhân đây, tôi muốn nhắc Chúa nhớ, khi dân trong một xứ đã khẩn nài và giúp đỡ để Ngài chiếm cứ xứ họ, phải xét xem họ hành động như vậy vì nguyên do nào. Nếu không phải do tình cảm kính mến tự nhiên của họ đối với Ngài, mà chỉ vì họ bất mãn với chính quyền cũ, thì Ngài rất khó gây tình thân thiện được với họ. Ngài sẽ không làm sao có thể thỏa mãn dục vọng của bọn họ được. Xét kỹ gương lịch sử cổ kim, ta sẽ thấy lý do của những sự kiện này như sau đây: tân Chúa rất dễ gây tình thân hữu với những kẻ đã được chế độ cũ ưu đãi hơn là hạng người bất mãn chế độ cũ đã liên kết giúp Ngài chiếm xứ sở họ.

Thường lệ các Vương hầu muốn giữ vững uy quyền đều xây thành đắp lũy. Trước là trưng dây cương, móc sắt ra trước mặt những kẻ âm mưu chống đối, sau nữa dùng làm nơi trú ẩn khi có cuộc nổi loạn bất thình lình. Thời xưa, kế hoạch này còn có giá trị phần nào. Ngày nay ta lại thấy Vương tước Nicolas Vitelli, cho phá hủy hai thành trì ở tỉnh Castello. Công tước Ubaldo xứ Urbin, sau một thời gian bị Cesare Borgia đánh bật ra khỏi xứ, khi trở lại nắm chính quyền liền ra lệnh san thành bình địa tất cả thành trì trong nước. Ngài xét thấy nếu không có một thành trì, đồn ải nào sẽ không còn sợ bị địch tấn công chiếm cứ gì cả. Họ Bentivogli khi trở lại xứ Bologne cũng hành động như thế. Vậy những đồn ải có lợi hay có hại tùy từng lúc. Nếu nó có lợi cho việc này thì lại hại cho việc khác. Về vấn đề này, ta có thể kết luận như sau: Vị Chúa nào sợ dân hơn quân ngoại xâm, thì phải xây nhiều đồn ải. Trái lại, vị nào sợ quân ngoại xâm hơn dân trong nước thì khỏi phải lo tới vấn đề ấy. Thành Milan mà Công tước Francois Sforza xây cất đã làm hại cho ông và cho cả gia tộc ông hơn bất cứ một cuộc rối loạn nào xảy ra trong xứ. Nói cho cùng, không có thành trì nào vững chắc hơn cách cư xử để nhân dân không oán ghét. Dù Chúa có đóng giữ được đồn ải, nhưng toàn dân vẫn mang lòng oán hờn, họ sẽ không cứu Chúa một khi bọn cận thần quay súng phản loạn. Bọn này lại thường đưa ngoại nhân tới hỗ trợ. Ở thời đại này ta chưa thấy thành quách đã mang lợi ích lớn lao cho Chúa nào, trừ trường hợp nữ Bá tước Forli. Sau ngày Bá tước phu quân (Jérôme) chết, Bà đã ẩn nấu vào một thành trì kiên cố để tránh cơn phẫn nộ của dân chúng; trong khi chờ quân xứ Milan đến cứu mạng và giúp cho Bà lấy lại được quyền chánh. Sự việc đã xảy ra ăn khớp như thế vì không có ngoại nhân tới hỗ trợ phe dân chúng khởi loạn. Sau này, khi quân của Cesare Borgia tấn công thì các thành lũy lại chẳng giúp ích được gì cho Bà, vì địch quân đã âm mưu liên kết với nhân dân, lúc này oán ghét Bà rồi. Ta thấy trong biến cố trên, nếu muốn củng cố địa vị,

Bà nên nuôi dưỡng cảm tình, lòng quý mến của nhân dân hơn là xây thành đắp lũy trên toàn xứ.

Vậy sau khi xét kỹ các sự việc trình bày trên, tôi kết luận: Có xây thành đắp lũy hay không, không quan trọng lắm. Nhưng kẻ nào chỉ ỷ lại vào thành lũy không để ý đến sự oán hận của nhân dân thì thật đáng trách.

Chương 21

Cách cai trị được lòng dân

Không có gì làm thiên hạ khâm phục một Vương hầu hơn khi Ngài hoàn tất được những công nghiệp vĩ đại, cao quý và có những cử chỉ gương mẫu cho người ta nhớ mãi. Hiện nay có Ferdinand d'Aragon, đương kim Hoàng đế nước Y Pha Nho. Ta có thể gọi là một Tân hoàng, vì ban đầu Ngài chỉ là một Tiểu vương, sau nhờ công danh lừng lẫy Ngài trở thành một vị Hoàng đế đệ nhất của Gia Tô giáo. Xét kỹ, ta thấy tất cả hành động của Ngài vĩ đại có khi còn phi thường. Ngay thời gian khởi đầu triều đại, Ngài đã tấn công xứ Grenade. Chiến thắng này trở thành nền tảng cho công trình sáng lập chính quyền trên các lãnh thổ khác của Ngài. Trước hết Ngài xây dựng sự nghiệp một cách thảnh thơi không sợ ai ngăn cản. Các Tiểu vương xứ Castille để hết tâm trí theo dõi cuộc chiến này, không còn ai nghĩ tới một hành động nào khác. Trong khi ấy, tất cả các Tiểu vương không ngờ rằng, uy tín và mãnh lực của Ngài đã ngự trị trong tâm trí họ. Ngài đã dung dưỡng được một đoàn binh sĩ do công của Giáo hội và nhân dân. Nhờ cuộc chiến tranh lâu dài, Ngài đã xây nền tảng cho một đạo quân riêng; chính đạo quân này đã mang lại cho Ngài biết bao danh vọng. Thêm nữa, trong khi dự tính thực hiện những công tác lớn lao hơn, để có thể tiếp tục xử dụng tôn giáo, Ngài áp dụng ngay một chính sách vô cùng nghiêm khắc dựa vào Giáo luật: trục xuất cho kỳ hết giống dân Marranes khỏi xứ. Ta không thể tìm được một tỷ dụ nào thương tâm và kỳ quặc như vậy. Cũng với "bộ áo choàng" ấy, và cũng dựa vào lý lẽ ấy, Ngài chiếm cứ toàn cõi Phi Châu, tấn công vào Ý, gây chiến với Pháp. Ngài luôn luôn âm mưu gây những chuyện lớn, khiến trí não của thần dân lúc nào cũng ở tình trạng căng thẳng, chờ đợi, vừa kính phục, vừa khiếp sợ những thắng lợi mà Ngài thâu lượm được. Ngài có biệt tài kéo dài liên tiếp từ cuộc chiến này sang cuộc chiến khác, đến nỗi thần dân không còn chút thời giờ nhàn rỗi giữa hai cuộc chiến để nghĩ tới oán giận Ngài.

Trong việc trị Quốc nếu Vương hầu có những hành động đáng lưu truyền trong ký ức dân chúng thì thật hữu ích. Tỷ dụ Vương tước Bernabé Visconti đã làm như sau: Khi một người làm một việc đặc biệt tốt hay đặc biệt xấu trong công vụ thường xuyên, Ngài tìm ngay một cách rất tân kỳ để thưởng hay trừng phạt kẻ ấy. Nhờ vậy người ta sẽ nhắc nhở tới Ngài luôn. Trong mọi công việc, Vương hầu phải lưu tâm tuyên truyền cho những hành động của mình để gây tiếng tăm là một nhân vật vĩ đại và toàn hảo.

Vương hầu còn được quý trọng hơn, nếu ở trường hợp nào cũng tỏ ra là bạn hoặc thù nghĩa là không bao giờ có thái độ ba phải. Ngài phải tỏ ra minh bạch, bao dung kẻ này chống lại kẻ kia.

Thái độ rõ rệt như vậy có lợi hơn là đứng vào thế trung lập. Nếu có hai nước cùng là lân bang, có sức mạnh; khai chiến với nhau, Vương hầu phải suy nghĩ trước xem đến khi chiến tranh kết liễu, Ngài có phải sợ nước thắng trận hay không? Trong trường hợp nào, Ngài cũng nên xuất đầu lộ diện và tham chiến hẳn hòi thì mới có lợi. Nếu có ở nguyên vị bất động, sau này nước thắng trận cũng sẽ vồ Ngài, rồi nước thất trận thấy thế cũng khoái trá hả hê. Đến lúc đó, chẳng có quyền lực nào che chở cho Ngài và cũng không còn lân bang nào cứu Ngài nữa. Tất nhiên, kẻ chiến thắng không chấp nhận những bạn hữu có thái độ khả nghi, vì khi hữu sự không tới giúp họ. Kẻ chiến bại cũng không muốn giúp, vì ta đã không mang quân tới chia xẻ số mệnh rủi ro với họ.

Sau khi Tướng Antiochus kéo quân sang Hy Lạp, do người Floliens đưa vào, để đánh đuổi quân La Mã, ông sai sứ giả đi thuyết phục dân Achéens (vốn là bạn thân tình với người La Mã) để bọn này đứng trung lập. Ngược lại, dân La Mã tuyên truyền dân Achéens cầm khí giới để tham chiến với họ. Việc này được đưa ra thảo luận trước Đại hội Nhân Dân Achéens. Trước hội nghị Sứ thần, Tướng Antiochus vẫn cố nài nỉ để dân Achéens đứng trung lập. Sứ thần La Mã liền phản đối bằng luận điệu sau "Trong khi xúi các ông đứng trung lập, người ta bảo do là kế hoạch tốt để bảo toàn lãnh thổ và nền an ninh riêng của các ông. Xét ra lý luận ấy thật trái ngược với lương tri con người. Vả chăng trong lúc này, nếu các ông tham gia cuộc chiến để làm một hành động đẹp đẽ, mang lại uy danh cho mình, sau này các ông sẽ trở thành miếng mồi ngon cho kẻ nào thắng trong cuộc chiến tranh này".

Luôn luôn ta thấy chỉ kẻ nào không phải thật là bạn của ta mới xui ta đứng trung lập. Những người bạn thật tâm, khi hữu sự bao giờ cũng khẩn nài ta cầm khí giới. Những Vương hầu có bản tính do dự, muốn tránh những mối nguy trước mắt thường theo đường trung lập và cũng vì thế thường bị bại vong. Trái lại, khi một Vương hầu ngang nhiên bênh vực cho một phe nào nếu phe ấy sau chiến thắng trở nên hùng cường và coi thường vị Vương hầu đi nữa, vị ấy cũng có chút ân huệ với họ, vì đã cùng nặng lời hứa liên minh. Loài người không vô ơn bạc nghĩa đến nỗi khi xong việc lại quên ơn, có thể hủy diệt nhau. Vả chăng, chưa có chiến thắng nào đem đến hậu quả sáng sủa rõ rệt ngay, nếu kẻ chiến thắng còn lưu tâm đến nhiều vấn đề chung quanh nhất là việc xử sự công bằng với những kẻ liên quan đến mình. Nếu chẳng may người bạn đồng minh của ta cũng bại trận, họ vẫn bảo bọc, nâng đỡ ta, tha thiết xem ta như người bạn cùng chung số mệnh để ngày kia cùng sát cánh quật cường. Trong trường hợp hai lân bang gần ta khai chiến với nhau, nếu thấy lực lượng của hai nước ở mức dù nước nào thắng ta cũng chẳng sợ, khôn hơn hết ta liên kết giúp một nước đánh bại nước kia. Sau cuộc thắng trận chung này, nước bạn đồng minh sẽ hoàn toàn lệ thuộc vào ta, vì hiển nhiên nhờ ta giúp họ mới thắng được kẻ thù.

Với những câu chuyện kể trên, xin nhắc để các Vương hầu nhớ nên hết sức tránh việc liên minh với một nước mạnh hơn mình để đánh một nước khác (trừ trường hợp khẩn thiết và bắt buộc phải làm). Ví dụ có thắng trận, ta cũng trở thành tù nhân của họ. Các Vương hầu nên cố gắng tránh đến mức tối đa những trường hợp bị lệ thuộc vào kẻ khác. Dân Vénitiens liên kết với người Pháp để tác chiến với Vương tước Milan (tuy sự liên minh đó không cần thiết) nên sau khi chiến thắng chính cuộc liên kết ấy đã đưa họ đến bước diệt vong. Nhưng có những trường hợp bắt buộc, như khi Giáo hoàng và dân Y Pha Nho mang quân tấn công xứ Lombardie, dân Florentine phải tìm bạn đồng minh mới chống nổi. Không Vương hầu nào dám tự tin đã chọn đúng một lực lượng chắc chắn để liên kết, nên ta hãy coi tất cả các lực lượng đều không chắc chắn. Bởi sự việc ở đời cho ta thấy không thể tìm cách tránh được trở ngại này mà không vấp trở ngại khác. Vì vậy cần thận trọng xác định tầm mức quan trọng của các trở ngại trước mắt, để chọn cái nào nhẹ hơn hết.

Ngoài sự việc kể trên, Vương hầu phải tỏ ra biết trọng tài đức, biết ban vinh dự cho những kẻ có biệt tài trong mỗi ngành. Sau nữa phải khuyến khích toàn thể nhân dân nên sinh sống yên ổn để phát triển nghề nghiệp của họ trong địa hạt thương mại, canh tác ruộng đất, cùng trong tất cả các sinh hoạt khác.

Làm sao cho nông dân không bỏ đất hoang vì lo sợ bị người khác lại chiếm đoạt mất, giới thương gia khỏi bỏ nghề theo nghề khác vì sợ thuế khóa. Vậy Vương hầu phải tưởng thưởng những ai muốn hành những nghề nghiệp trên đây, và hoạt động bằng cách này hay cách khác để làm giàu cho xứ sở đất nước. Thêm nữa, hàng năm, một vài khi Vương hầu cũng phải tổ chức những hội hè, những cuộc du hí để nhân dân có dịp hả hê vui đùa giải trí. Địa phương nào cũng chia ra từng tập đoàn nghề nghiệp, đoàn thể chủng tộc; Vương hầu phải đặc biệt lưu tâm đến những đoàn thể ấy. Một vài khi phải xuất hiện trong những cuộc hội họp của họ để nêu gương tình bác ái, nhưng phải luôn luôn giữ gìn tính cách nghiêm trang, không bao giờ để kém phần oai phong của địa vị Vương giả.

Chương 22

Tổng Bộ trưởng của Chúa

Một việc tối quan trọng của Chúa là biết tìm chọn những Tổng bộ trưởng. Bọn này xấu hay tốt tùy thuộc trí óc khôn ngoan của Chúa. Sự xét đoán đầu tiên của nhân dân đối với phẩm cách và trí óc của một vị Vương hầu do lúc trông thấy rõ những nhân vật mà Ngài quy tụ quanh mình. Khi bọn này là những người đầy đủ tài năng và lòng trung thành, người ta sẽ khen Chúa khôn ngoan, đức độ, vì người ta tin Chúa đã hiểu biết được kẻ nào đủ tài năng, kẻ nào giàu lòng trung thực. Trong trường hợp ngược lại, người ta sẽ phê bình rất gắt gao. Bất cứ hành động lầm lỗi đầu tiên nào của chính quyền người ta đều cho là do sự lựa chọn những cộng tác viên của Chúa.

Xin nêu việc sau đây. Không một ai đã biết giá trị của Antoine de Vénafre, một Bộ trưởng của Lãnh chúa Pandolphe Pétrucci xứ Sienne. Không tán tụng vị Lãnh chúa đã tìm mời được nhân vật này ra công tác. Trí óc con người có ba loại: Loại thứ nhất của người tự hiểu các sự việc xảy ra; loại thứ hai của người phải nghe giải thích mới hiểu; loại thứ ba của người không muốn hiểu gì hết. Loại thứ nhất là loại tuyệt hảo hạng, loại thứ hai là hảo hạng, loại thứ ba là loại vô ích. Vương tước Pandolphe nếu không hẳn là loại thứ nhất thì ít ra cũng là loại thứ hai. Nhiều phen người ta thấy Vương tước có đủ trí xét đoán, biết điều hay điều dở do kẻ khác làm hoặc nói ra. Thêm nữa Ngài không tự phát huy được điều gì, nhưng Ngài biết được cái hay, cái dở của Bộ trưởng cộng tác. Ngài biết tán thưởng cái này, chê trách cái kia. Như vậy, viên Bộ trưởng không hy vọng lạm quyền, mà phải đi theo đường chánh đạo.

Nhưng bằng cách nào Chúa có thể hiểu thấu được tư cách của một vị Bộ trưởng? Sau đây là một phương pháp chính xác nhất: Khi Chúa thấy một Bộ trưởng chỉ nghĩ tới bản thân hơn tới Chúa và thấy trong các hành vi riêng tư cũng như lúc thi hành công vụ, ông ta chỉ nghĩ tới tư lợi, Bộ trưởng ấy chẳng bao giờ đáng giá và Chúa cũng không bao giờ nên tin cẩn ông ta. Đáng lý người nào đã được Chúa ủy quyền cho giữ trọng trách điều khiển một ngành chính quyền, phải quên không bao giờ nghĩ tới mình để luôn luôn nghĩ tới Chúa. Người ấy cũng không bao giờ nên làm bận óc Chúa với những việc lăng nhăng không liên hệ đến trọng trách của Chúa. Mặt khác, nếu muốn dìu dắt Bộ trưởng của mình luôn theo đường chánh đạo, Chúa cũng phải nghĩ tới họ, ban danh vọng tiền bạc, để họ trở nên người thụ ân của Chúa, ở mức họ cảm thấy không thể sống xa Chúa được, vừa đủ thỏa mãn ước vọng, để họ khỏi mong muốn cao sang hơn nữa luôn luôn lo sợ những thay đổi có thể mang bất lợi cho họ. Một khi mối tương quan giữa Chúa và các đại thần được giữ đúng tầm mức ấy, hai bên có thể tin lẫn nhau. Trái lại nếu không được như vậy, về sau thế nào cũng có sự bất lợi cho đàng này hay phía kia.

Chương 23

Phương cách tránh nịnh thần

Tôi không bỏ qua hay cố ý lãng quên một vấn đề quan trọng, mà các Chúa ít khi đề phòng nếu không khôn ngoan và suy xét kỹ: đó là bọn nịnh thần, triều đình nào cũng có đầy dẫy. Bản tính con người thích tâng bốc, nịnh bợ nhau, nên không ai tránh khỏi những "côn trùng dịch hạch" ấy được. Muốn chống lại nó, phải gặp điều nguy hiểm khác, là Chúa cảm thấy hình như mình bị khinh rẻ. Không có cách gì để đề phòng những lời xiểm nịnh, khác hơn là Chúa cứ chịu nghe những kẻ nói thật, và đừng tỏ ra phật ý. Nhưng khốn nỗi, nói thật quá, lại mang tội xúc phạm đến sự tôn kính đối với Chúa. Thế nên Chúa phải chọn phương sách thứ ba, là chọn lựa quanh mình một bọn hiền nhân, cho bọn này quyền tự do trình bày tất cả sự thật trong phạm vi những vấn đề Chúa đặt ra, tuyệt nhiên không được ra khỏi phạm vi đó. Khi ấy Chúa phải hỏi han cặn kẽ và lắng nghe ý kiến của họ. Sau đó, Chúa tự mình phán đoán theo cách riêng. Đối với từng người đã trình bày những lời khuyến cáo, Chúa phải xử sự cách nào để họ cảm thấy thoải mái, thích thú, sau khi đã được tự do đàm đạo với Chúa về một việc nào đó. Ngoài những người nói trên, Chúa không nên nghe theo một người nào khác nữa. Sau khi xét định, Ngài phải cương quyết theo đuổi công cuộc thi hành cho đến cùng. Chúa nào xử sự khác đường lối ấy, là đã bị bọn nịnh thần chôn vùi sự nghiệp. Nếu cùng một vấn đề, Chúa lại hỏi ý kiến lung tung của nhiều kẻ dị đồng, để luôn luôn thay đổi ý kiến, như thế Ngài sẽ không còn được tôn trọng.

Trên đề tài này, tôi muốn kể một tỷ dụ đương thời Dom Luca, cận thần của đương kim Hoàng đế Maximilien, đã bình phẩm Ngài rằng: Hoàng đế chẳng nghe lời khuyên của ai, Ngài cũng chẳng làm theo ý riêng của mình. Thật thế, Hoàng đế Maximilien là người rất kín đáo, không cho ai biết những dự định của Ngài và cũng chẳng hỏi ý kiến ai cả. Nhưng lúc thi hành, nếu bị bọn cận thần phản đối, Ngài bãi bỏ ngay. Cho nên hôm nay Ngài làm việc này, ngày mai lại phá bỏ, không ai hiểu Ngài muốn gì, định làm gì và không ai tin ở những quyết định của Ngài nữa.

Vậy Vương hầu lúc nào cũng nên trưng cầu các ý kiến, nhưng chỉ khi nào tự Ngài muốn hỏi chứ không do kẻ khác áp lực được. Ngài còn nên làm cho cụt hứng kẻ nào thích đưa lời khuyến cáo khi không hỏi tới. Còn về phần Ngài, chính Ngài phải thường hỏi, và phải kiên nhẫn nghe cho thấu triệt tất cả những sự thật. Đôi khi Ngài cũng tỏ vẻ phẫn nộ kẻ nào vì quá sợ sệt, không chịu nói hết lời. Nếu phê bình một

Vương hầu có tiếng khôn ngoan, là nhờ những bộ óc của bọn cận thần, thì thật nhầm to. Một định luật chung bất hủ là nếu Vương hầu có trí óc u ám thì chẳng ai khuyên bảo được điều gì hay cả. Trừ khi Ngài nhất nhất ỷ lại hoàn toàn vào một cận thần khôn ngoan lỗi lạc, để y nắm trọn quyền hành cai trị. Hiện tượng này chắc chắn có, nhưng chỉ tồn tại trong một thời gian; vì một cận thần như vậy sẽ dần dần truất hết quyền hành của nhà Vua trong một thời gian ngắn. Mặt khác nếu nhà Vua hỏi ý kiến lung tung nhiều người, chẳng bao giờ Ngài thấy họ gặp nhau trong sự hòa hợp cả. Vậy nhà Vua phải là người có óc xét đoán minh mẫn mới thống nhất được tư tưởng của họ. Trong đám cố vấn, người nào trong thâm tâm cũng chỉ nghĩ đến lợi riêng của mình. Nhà Vua khó lòng hoán cải và hiểu thấu được. Muốn thay đổi họ cũng chẳng tìm được ai hơn. Con người đến cùng ai cũng lộ nguyên hình với tính tình ác độc, nếu không bắt buộc họ phải làm người lương thiện hoàn hảo.

Vì thế, tôi kết luận: những lời khuyến cáo hay, của bất cứ ai, đều được thúc đẩy do trí khôn ngoan, sáng suốt của Chúa, chứ không phải nhờ những lời khuyến cáo ấy Chúa mới trở nên khôn ngoan sáng suốt.

Chương 24

Lý do các Vương hầu Ý mất hết đất đai

Nếu những điều khuyến cáo tôi đã trình bày những chương trên được thi hành, Vương hầu sẽ có tác phong của một lãnh chúa già dặn, dù chính thức chỉ là một tân Vương; sau đó địa vị Ngài sẽ vững chắc như đã có lâu đời tại Vương quốc này. Một tân Vương luôn bị thiên hạ theo dõi các hành vi kỹ hơn những Vương hầu lên ngôi do Thế tập. Khi những hành động của Ngài cho thấy đúng đường đạo đức, nó sẽ giúp Ngài tranh thủ được nhân dân và thần dân sẽ quý mến Ngài hơn một vị vua Thế tập. Loài người say mê thích thú những sự việc hiện tại hơn quá khứ. Thấy những việc hiện tại hay đẹp, họ tán thưởng hết mức, chẳng nghĩ gì tới việc khác nữa. Họ sẽ hết mình bênh vực nhà Vua tới cùng trong các vấn đề, miễn là trong các lãnh vực khác Ngài đừng mang lỗi lầm gì. Như vậy Ngài sẽ được tán thưởng, tôn sùng bội phần: vừa có công xây dựng nên một Vương quốc mới, vừa mang lại cho xứ sở những luật pháp công minh, thành lập binh lực hùng mạnh, gây được các mối thân hữu trung kiên và còn thêm biết bao tấm gương sáng nữa. Những vị Vương hầu truyền thống, mới sinh ra đã làm Hoàng tử, sau khi lên ngôi báu đã gây bao nhiêu tiếng xấu chỉ vì đức độ hèn kém, nên để cho mất cả lãnh thổ Vương quốc. Các vị này thật đã mang nhục bội phần.

Bây giờ nếu xét hành động của những Vương hầu đã mất nước như Vua xứ Naples, Quận công Milan... ta thấy trước hết, họ thất bại vì vấn đề binh lực kém. Sau nữa họ đã gây thù oán với nhân dân, có khi được lòng dân thì lại không gây được chút cảm tình nào của bọn quyền phiệt. Nếu không có những lỗi lầm to lớn đó, không ai có thể mất nước được. Vua Philippe de Macédoine người đã bại trận trước Quintus Flaminins, Vua một nước nhỏ bé đối với Hy Lạp hay Cộng hòa La Mã. Khi Hy Lạp, La Mã đến tấn công, Vua Philippe vì biết nghề cầm binh lại được lòng dân, có uy phong đối với bọn quyền thần, ông đã chống cự với quân địch một cách oanh liệt trong mấy năm trời, về sau có mất mấy thành, nhưng nước vẫn giữ được.

Mấy vị Vương hầu nước Ý của chúng ta trị vì từ nhiều năm, nay bị mất nước, mất ngôi không thể trách số mệnh mà chính do sự hèn nhát của họ. Trong lúc thanh bình, họ không nghĩ thời thế có thể thay đổi (một tật chung của con người là lúc bình an không ai tính đến trận phong ba sắp tới). Khi có loạn tới, không nghĩ đến việc chống giữ, chỉ lo chạy trốn, mang theo hy vọng là nhân dân sẽ chán ghét thái độ cay nghiệt của kẻ chiến thắng, sẽ rước mình trở lại ngôi. Nếu không còn phương cách nào hơn, thì đành dùng cách ấy. Nhưng thực là nhục nhã nếu không xử dụng các kế hoạch, phương pháp khác, để phải dùng đến phương sách tiêu cực này. Ta đừng nên để mình ngã quỵ rồi mong kẻ khác đến dựng dậy, vì điều này ít khi xảy ra. Nếu có chăng nữa, nhà Vua cũng không nên tin vào đó, vì việc bảo trợ ấy có vẻ hèn và là việc do người khác làm chứ không do chính mình.

Công cuộc bảo vệ an ninh phải do chính Ngài ra sức, trổ tài tổ chức lấy mới có thể bền bỉ vững chắc được.

Chương 25

Số mệnh và con người

Nhiều người đã tin và luôn luôn tin, trăm sự đều do Thượng đế và số mệnh chi phối định đoạt; con người khôn ngoan đến đâu cũng không uốn nắn sửa chữa được việc đời. Nhiều người cho rằng có đổ mồ hôi khó nhọc cũng không sao chủ động các sự việc được nên đành nhắm mắt để bàn tay số mệnh dìu dắt. Ngày nay thuyết số mệnh đã trở lại ngự trị đầu óc con người, vì trong thời đại này biết bao cuộc thay đổi lớn lao đã xảy ra hằng ngày, ngoài sức ước đoán của ta. Chính tôi đôi khi cũng phải tin vào thuyết đó. Nhưng ta cần phải giữ trí xét đoán khách quan khỏi bị tắt lịm. Tôi thiết nghĩ chỉ nên tin số mệnh định đoạt một phần những công nghiệp của ta và phải dành quyền chủ động phần còn lại. Tôi ví số mệnh như những con sông, gặp mùa mưa nguồn nước chảy cuồn cuộn tràn ngập đồng ruộng, phá hủy nhà cửa cây cối, làm lở sập bờ này mang đất phù sa bồi đắp bờ bên kia. Trước dòng nước chảy ầm ầm, người người bỏ chạy, còn ai nghĩ đến việc đắp đê ngăn cản. Nước lũ có mùa, khi nước

cạn dòng sông yên lặng người ta không thong dong
nghĩ tới việc xây đê, đắp đập; đến khi nước dâng cao,
lòng sông tràn ngập, ta sẽ bớt hãi hùng lo ngại, và tai
nạn gây nên sẽ đỡ phần nào thiệt hại. Số mệnh cũng
như vậy. Nơi nào không có gì cản trở chống cự được,
nó sẽ ra oai dùng sức mạnh tấn công như nước lũ
không đập, không đê dựng lên để ngăn cản. Nếu xét
kỹ nước Ý, nơi phát khởi bao nhiêu cuộc biến đổi, ta
thấy y hệt như một cánh đồng không đê, không đập.
Nếu được che chở bằng một chế độ nghiêm khắc
như ở các nước Đức, Pháp, Y Pha Nho, trận nước lũ
đã không mang lại biết bao biến cố, biết bao sự xáo
trộn rối ren cho nước Ý. Tôi chỉ cần nói thế cũng đủ
cho ai muốn tìm hiểu phương cách để đương đầu với
số mệnh.

Bây giờ xin vào đề tài; ta thấy có vị Vương hầu
nay sướng mai khổ mà không hiểu tự nhiên như thế
hay vì một duyên cớ nào. Theo ý tôi, như trên kia đã
giảng giải, vị Vương hầu ấy chỉ nhắm mắt theo số
mệnh, nên khi số mệnh thay chiều, vị ấy ngã theo
ngay.

Tôi nghĩ rằng vị nào biết xử sự hợp thời thế sẽ
được hưởng sung sướng. Còn vị nào không tiên liệu
theo thời tất nhiên sẽ khổ sở. Loài người hoạt động
nhắm đạt tới mục đích tối hậu là danh và lợi và đều
áp dụng nhiều phương pháp khác biệt: người thận
trọng, kẻ hung hăng, người này dùng bạo lực, người
kia theo kỹ thuật; có kẻ thật kiên nhẫn, lại có kẻ thật
nóng nảy. Bằng cách nào người ta cũng đạt tới mục
đích được. Thế nhưng ta thấy hai vị Vương hầu cai

trị cùng đường lối thận trọng một vị thành công, một vị lại thất bại. Có khi một vị thận trọng, một vị hung hăng, đường lối làm việc khác hẳn nhau, thế mà cả hai đều thành công. Kết quả như thế cũng bởi những việc làm có hợp hay không hợp thời cơ. Như trên tôi đã nói, có khi hai người làm việc theo phương cách khác biệt có thể cùng tới kết quả, cũng có khi hai người theo cùng một cách làm việc, nhưng một người đạt được tới mức, một người lại thất bại. Thật là cùng một "nhân" mà "quả" lại khác nhau. Nếu một Vương hầu cai trị với trí óc thận trọng kiên nhẫn mà lại gặp thời cơ, sự việc biến chuyển nhịp nhàng, tất nhiên sẽ thành công oanh liệt. Nhưng đến khi thời thế biến đổi, Ngài không biết cách thay đổi cách thức làm việc, thế nào cũng bị hủy diệt. Có những vị Vương hầu thật khôn ngoan, nhưng cố chấp, không chịu mềm dẻo uốn mình theo thời thế, hoặc nghĩ con đường đang theo đã đưa mình đến thịnh đạt, cần gì đổi sang con đường khác. Vậy người có tính quá thận trọng, đến khi cần phải táo bạo không dám làm, tất nhiên sẽ bị bại vong; nếu biết thay tính khí để gió chiều nào che chiều ấy, số mệnh cũng uốn theo mình.

Trong công cuộc điều khiển việc nước, Đức Giáo hoàng Jules II lúc nào cũng dùng chính sách mạnh mẽ, hùng hồn, rất phù hợp với thời thế, nên luôn luôn hoàn tất được công nghiệp. Tỉ dụ như cuộc chiến thắng đầu tiên chống lại xứ Boogle. Lúc sinh thời Vương tước Giovanni Bentivoglni thấy dân Vénitiens và Vua Y Pha Nho bất mãn, Ngài liền kết thân với nước Pháp, rồi tự mình mạnh dạn xuất quân mở cuộc tấn công. Thế là dân Vénitiens và dân

Y Pha Nho thối lui, một đẳng thì vì quá kinh sợ, một đẳng thì muốn bảo tồn lãnh thổ xứ Naples. Thêm nữa, trong các hành vi bạo động, lúc nào Ngài cũng lôi kéo Pháp vương cùng làm. Vua Pháp thấy Giáo hoàng chuyển binh cũng muốn lợi dụng tình liên kết để hạ uy thế dân Vénitiens, nên không từ chối việc mang quân của mình hỗ trợ Ngài, lại sợ Ngài giận. Vì vậy Giáo hoàng Jules đã dám tiến binh như vũ bão, một việc mà chắc không vị Giáo hoàng nào dám làm trong lúc đó. Nếu chờ đến lúc các Quốc gia vững mạnh, mọi việc đều ổn định, mới dám xuất quân tiến đánh, chắc chẳng bao giờ thành công được. Khi đó, Vua Pháp đã tìm ra hàng vạn duyên cớ để từ chối sự hỗ trợ; còn về phía địch, chắc họ cũng sẽ có hàng vạn kế để thi hành khiến Ngài phải e sợ.

Tôi không kể hết các công nghiệp mà Ngài đã đạt thành công mỹ mãn, không ai có cách chứng minh ngược lại được bởi Ngài đã sớm qua đời.

Giá lúc còn sống, bỗng nhiên thời thế thay đổi đòi hỏi một sự cai trị thận trọng và mền mỏng chắc chắn sự nghiệp của Ngài sẽ suy sụp vì bản tính Ngài luôn luôn hùng hổ, không thể khác được.

Kết luận: số mệnh thay đổi, con người thì hành động cố chấp, gặp lúc hai yếu tố tương đồng hòa hợp, con người sẽ thành công mỹ mãn, gặp lúc trái ngược, con người sẽ thất bại khốn đốn. Thêm nữa, tôi còn tin rằng mạnh dạn tốt hơn thận trọng rụt rè. Số mệnh giống như người thiếu phụ; nếu muốn bắt họ phục tòng, ta phải thường cương quyết chống chọi với họ. Ta thường thấy họ dễ bị chinh phục bởi những người cư xử lạnh lùng với họ. Ta thấy số mệnh cũng như các thiếu phụ, thường quấn quít luyến ái với bọn tráng niên, vì bọn này bao giờ cũng dám mạnh dạn chỉ huy một cách hiên ngang và tàn ác.

Chương 26

Kêu gọi anh hùng cứu nước

Sau khi cân nhắc, xét đoán tất cả các sự việc kể trên, và suy luận mọi lẽ, tôi tự hỏi ngày nay ở nước ta (Ý Đại Lợi) đã đến lúc để một tân Chúa lập nên danh vọng được chăng? Nếu tân Chúa cho đây là cơ hội để một người có trí óc khôn ngoan, có tài năng lỗi lạc nắm lấy vinh dự cho mình và mang lại quyền lợi cho nhân dân, Ngài sẽ thấy ngay trước mắt biết bao nhiêu việc thuận tiện. Thật là một dịp may hiếm có. Như trên kia tôi đã nói, phải có dân Do Thái bị làm nô lệ ở Ai Cập, giá trị của thủ lãnh Moise mới được minh xác. Dân Ba Tư có bị dân Mèdes đè nén, mới biết khí tiết anh hùng của Cyrus. Dân Athéniens có ly tán, mới biết rõ tài khôn khéo của Thésée.

Vậy nay Tổ quốc có lâm vào cảnh tuyệt vọng, ta mới có cơ tìm được một Anh hùng Ý Đại Lợi. Cảnh nước Ý hiện nay: nhân dân bị nô lệ hơn dân Do Thái, yếu hèn hơn dân Ba Tư, ly tán hơn dân Nhã Điển, không người lãnh đạo, sống trong cảnh rối ren vô trật tự, bị hà hiếp, bóc lột, xâu xé, quân ngoại xâm tự do hoành hành, đất nước chịu biết bao nỗi đau khổ thảm thương.

Cho đến ngày này, thỉnh thoảng cũng có một vài nhân vật mang lại tia hy vọng, cho dân tin Thượng đế sai họ xuống cứu vớt non sông; nhưng chẳng may giữa đường đang hăng say hoạt động, lại bị bánh xe số mệnh đè nghiến. Đến nỗi giờ đây Tổ quốc lâm cảnh hữu thể vô hồn. Ai là người ra tay hàn gắn những vết thương đau, ai là người ra tay dẹp bọn giặc cướp hung tàn hoành hành ba tỉnh Lombardie, Naples, và Toscane, như những ung thư máu chảy không ngừng? Toàn dân tâm niệm cầu Trời mau cử một anh hùng xuất chúng hòng tiêu diệt hết bọn rợ hung tàn, hàn gắn, xoa dịu những cảnh đau thương trên đất nước. Nhân dân sẵn sàng hăng hái nếu hàng theo sau người Hùng phất cờ khởi nghĩa. Phải tìm Người Hùng đó ở đâu nếu không phải là trong dòng họ của Đức Ngài[2], một dòng họ uy liệt đang được số mệnh ưu đãi, lại có Ngài là người tài đức? Với sự phù hộ của Thượng đế và Giáo hội (mà một người trong tộc họ đang lèo lái) chắc chắn Ngài có thể là người lãnh đạo cuộc giải phóng. Thi hành sứ mệnh thiêng liêng này cũng chẳng khó khăn gì nếu Ngài luôn đặt trước mắt tấm gương lịch sử và sự nghiệp của các tiền nhân mà tôi đã kể trong sách này. Thật vậy, những người đó toàn là nhân vật tài ba hiếm thấy. Nhưng dù sao họ cũng chỉ là người, và lại không được gặp thời cơ tốt đẹp như Đức Ngài. Công cuộc của họ đâu có hợp lý, dễ dãi như công cuộc của Đức

---

[2] Laufent de Medici.

Ngài, hơn nữa họ đâu có được Thượng đế nâng đỡ như Đức Ngài hiện giờ. Công lý tối cao đang đứng về phía Đức Ngài: "Chiến tranh rất hợp lý cho những ai lâm cảnh phải cần đến nó. Võ khí trở nên thiêng liêng khi người ta chỉ còn hy vọng ở nó". Toàn dân cũng thành tâm, nhiệt tình, sự thành công không còn khó nữa, miễn Người Hùng cứu Quốc biết noi gương ý chí những nhân vật tôi đã nhắc tên trong sách này. Thêm nữa, giữa lúc khởi sự thi hành nhiệm vụ, Thượng đế đã ban cho nhiều điềm lạ kỳ: nước triều rút cạn, mây tan trời sáng, suối nước trong khe chảy ra, mưa nắng thuận hòa đem lại hoa mầu tươi tốt. Tất cả như đã góp phần xây đắp uy quyền cho người cứu Quốc. Ngài phải tự tay thi hành sứ mạng. Thượng đế không ôm đồm tất cả mọi việc, muốn dành phần chủ động cho người cứu Quốc để về sau hưởng lấy uy danh.

Không phải sự kỳ dị, nếu ta thấy cho đến nay không một người dân Ý nào làm nổi những việc mọi người đang mong đợi ở một vị Anh hùng thuộc dòng họ Đức Ngài. Ta thấy sau bao nhiêu biến đổi, bao nhiêu chiến cuộc, tinh thần thượng võ của quân dân Ý hầu như bị dập tắt; trạng thái ấy đã được gây nền do chế độ hủ nát của thời đại cũ, đến nay chưa người cải thiện. Người Hùng cứu Quốc nắm giữ quyền hành, nếu biết sáng lập kỷ cương mới, ban hành pháp luật mới, sẽ hưởng thụ biết bao vinh dự. Những điều đó một khi đã được xây dựng trên nền móng vững chắc huy hoàng sẽ mang uy danh lừng lẫy đến cho người cứu Quốc. Trong nước ta thiếu gì việc để cải cách, chỉ cần có đầu não hoàn hảo, chân tay thi hành cứng rắn. Thử nhìn những cuộc tranh chấp, ẩu đả lặt vặt giữa các cá nhân, ta thấy người dân ta sức lực khôn khéo thông minh có thừa; nhưng đến khi phải đương đầu với cuộc chiến đấu quy mô, tất cả đều mang bộ mặt hèn nhát thảm hại. Điều đó là do sự bất tài bất lực của cấp chỉ huy. Cũng có một số người chỉ huy hiểu biết đôi chút, nhưng không đủ cho thiên hạ phục tùng. Ai ai cũng cảm thay chưa tìm ra được người lãnh đạo có đủ tài năng đức độ nổi bật khiến tất cả phải tuân theo. Cho nên trong thời gian kéo dài 20 năm qua, một đạo quân nào gồm toàn binh sĩ bản quốc, gặp chiến cuộc là thất bại, như những trận Fornoue, Alexandrie, Capoue, Genes Agnadel, Bologne. Mestre...

Vấy nếu Đức Ngài muốn noi gương các vĩ nhân xưa, việc đầu tiên là phải thành lập ngay một quân lực thuần túy Quốc gia để làm căn bản cho tất cả các công nghiệp của mình. Như thế mình mới có được đoàn binh sĩ trung kiên, thuần nhất và hoàn hảo. Khi tư cách cá nhân của mỗi người được hoàn mỹ, tập thể sẽ trở nên hùng cường nhất là khi họ cảm thấy được lãnh đạo hẳn hòi, được Vua Chúa quý mến và dung dưỡng đầy đủ. Ta thấy rõ sự cần thiết phải thành lập ngay một binh lực theo cách trên, để giá trị dân tộc có thể đương đầu đối phó với quân xâm lăng ngoại bang. Sau đây xin nêu một tỷ dụ đoàn quân bộ binh Thụy Sĩ và Y Pha Nho nổi danh oai hùng nhưng cả hai đều có nhược điểm, nên đến khi có một đệ tam lực lượng nào tấn công, cả hai đều bị bại. Lính Y Pha Nho không bao giờ dám đương đầu với quân kỵ mã địch, và lính Thụy Sĩ rất sợ đụng độ với đoàn bộ binh nào mạnh bạo hung hăng. Do đó ta thấy quân Y Pha Nho đã thua kỵ binh Pháp, và quân Thụy Sĩ bị bộ binh Y Pha Nho đánh bại. Tuy điều này chưa có biến cố nào chứng minh rõ rệt, ta cũng thấy nhiều việc tương tự đã xảy ra trong mấy ngày ở thành Ravenne, lúc đoàn bộ binh Y Pha Nho tấn công đội quân Đức hàng ngũ chỉnh đốn, mạnh mẽ không kém gì quân Thụy Sĩ. Lính Y Pha Nho thân hình dẻo dai, tay cầm mộc, tay cầm dáo mác tung hoành trên mặt trận không ai địch nổi; nếu không có đội kỵ binh Đức kéo tới như vũ bão phản công lại, họ đã giết hết cả bọn bộ binh ấy rồi.

Sau khi biết ra các nhược điểm của hai đạo bộ binh kia, ta có thể thành lập một đạo tân binh có đủ tư cách không sợ một loại bộ binh nào khác, cũng đủ sức đương đầu với các đoàn quân kỵ mã của địch. Được như vậy là nhờ những đoàn quân hoàn toàn mới mẻ, hàng ngũ được thay đổi chỉnh đốn. Những công tác cách mạng trong cương vị này sẽ mang lại cho tân Chúa biết bao danh vọng và oai phong.

Ta không bỏ qua cơ hội này để cho Tổ quốc (nước Ý) đã đợi chờ quá lâu, nay mới thấy xuất hiện một vị cứu tinh. Tôi không thể nói sao cho đủ để bày tỏ hết lòng kính mến vô biên của toàn dân trong nước khi tiếp rước Ngài. Đất nước đã bao phen bị dày xéo dưới gót quân thù ngoại bang, đang khao khát phục thù, ấp ủ trong lòng niềm tin bất diệt với biết bao giọt lệ. Cửa nào không rộng mở đón Ngài? Dân nào dám từ nan không tuân theo mệnh lệnh? Kẻ nào dám tỏ lòng ghen tỵ? Người dân Ý nào không nghiêng mình kính cẩn trước mặt Ngài? Nền thống trị tàn khốc dã man đã làm cho toàn dân ghê tởm.

Thành khẩn xin Ngài nhận lấy sứ mệnh, cùng bầu nhiệt huyết, cùng niềm hy vọng như một Đấng Anh Hùng khai cuộc chiến đấu bảo vệ công lý. Ngài tung cờ khởi nghĩa để đưa Tổ quốc lên đường vinh quang. Dưới quyền lãnh đạo của Ngài, thơ của (Petarque) sẽ được chứng minh:

Đạo lý chống bạo tàn, võ khí sẽ sớm thành công

tiêu diệt quân thù.

Trí dũng cảm từ xưa vẫn đó và còn

mãi mãi trong người dân ta.

~ HẾT ~

www.ingramcontent.com/pod-product-compliance
Lightning Source LLC
Chambersburg PA
CBHW031433270326
41930CB00007B/686